NGÔN NGỮ
TẠP CHÍ VĂN HỌC NGHỆ THUẬT
SỐ ĐẶC BIỆT - PHẠM CAO HOÀNG, VĂN CHƯƠNG VÀ BẰNG HỮU
THÁNG 3 NĂM 2024

NHÓM CHỦ TRƯƠNG:
Luân Hoán - Song Thao - Nguyễn Vy Khanh - Hồ Đình Nghiêm - Lê Hân

CỘNG TÁC TRONG SỐ NÀY:
Cao Thoại Châu, Du Tử Lê, Đinh Cường, Đỗ Xuân Tê, Elena Pucillo Truong, Hoàng Kim Oanh, Hồ Đình Nghiêm, Luân Hoán, Nguyên Minh, Nguyễn An Bình, Nguyễn Minh Nữu, Nguyễn Thị Hải Hà, Nguyễn Vy Khanh, Nguyễn Xuân Thiệp, Phạm Văn Nhàn, Phan Tấn Hải, Trần Doãn Nho, Trần Hoài Thư, Trần Thị Nguyệt Mai, Trần Yên Hòa, Triều Hoa Đại, Trương Văn Dân, Trương Vũ.

BÌA: Uyên Nguyên Trần Triết
DÀN TRANG: Công Nguyễn
ĐỌC BẢN THẢO: Trần Thị Nguyệt Mai
PHỤ BẢN: Đinh Cường, Trương Vũ, Nguyễn Trọng Khôi, Nguyễn Sông Ba.

LIÊN LẠC:
Thư và bài vở mời gởi về:
-Luân Hoán: lebao_hoang@yahoo.com
-Song Thao: tatrungson@hotmail.com

TOÀ SOẠN VÀ TRỊ SỰ:
Lê Hân: (408) 722-5626 han.le3359@gmail.com

MỤC LỤC

NGÔN NGỮ ĐẶC BIỆT
PHẠM CAO HOÀNG - VĂN CHƯƠNG VÀ BẰNG HỮU

PHẦN 1: THƠ PHẠM CAO HOÀNG TRƯỚC 1975

PHẦN 2: THƠ PHẠM CAO HOÀNG SAU 1975

PHẦN 3: TRUYỆN NGẮN PHẠM CAO HOÀNG

PHẦN 4: NHẠC PHẠM CAO HOÀNG

PHẦN 5: VIẾT VỀ PHẠM CAO HOÀNG

Phạm Cao Hoàng - Photo by Julia, Virginia, 2022

Tên thật: Phạm Công. Sinh năm 1949 tại Phú Thứ, Tuy Hòa, Phú Yên. Cử nhân Anh Văn. Từng dạy học ở các tỉnh Bình Thuận, Phú Yên, Lâm Đồng. Sang Mỹ định cư vào cuối năm 1999. Hiện sống tại Fairfax, tiểu bang Virginia. Khởi viết từ năm 1969. Trước 1975 có thơ đăng trên các tạp chí văn học ở Sài Gòn: Văn, Bách Khoa, Vấn Đề, Khởi Hành, Thời Tập, Ý Thức... Chủ biên Blog Phạm Cao Hoàng (Từ 10/4/2012) và Trang VHNT Phạm Cao Hoàng (Từ năm 2017).

Tác phẩm đã xuất bản: 1.*ĐỜI NHƯ MỘT KHÚC NHẠC BUỒN* (Thơ, NXB Đồng Dao, Sài Gòn, 1972). 2.*TẠ ƠN NHỮNG GIỌT SƯƠNG* (Thơ, NXB Đồng Dao, Sài Gòn, 1974). 3.*MÂY KHÓI QUÊ NHÀ* (Tuyển tập thơ, NXB Thư Ấn Quán, Hoa Kỳ, 2010; gồm những bài thơ chọn lọc từ 2 tập xuất bản trước 1975). 4. *MƠ CÙNG TÔI GIẤC MƠ ĐÀ LẠT* (Truyện và tạp bút, NXB Thư Ấn Quán, Hoa Kỳ, 2013). 5. *ĐẤT CÒN THƠM MÃI MÙI HƯƠNG* (Thơ, NXB Thư Ấn Quán, Hoa Kỳ, 2015, Nhân Ảnh tái bản năm 2023).

THƯ TOÀN SOẠN TẠP CHÍ NGÔN NGỮ

Thưa quý bạn đọc, bạn viết:
Theo dự trù trước đây, phần giới thiệu nhà thơ Phạm Cao Hoàng sẽ đi vào phần 1 trên tạp chí Ngôn Ngữ số 31. Thế nhưng, phần tư liệu quí khá nhiều, đồng thời hứng theo hai nhà văn Cung Tích Biền, Ngô Thế Vinh, lần thứ 3 chúng tôi thực hiện một cuốn sách đúng chủ đề "tác phẩm, tác giả", vốn từng quen thuộc trước đây.

Bởi đang tập làm báo, nên chúng tôi thật tình luôn muốn làm đúng tinh thần một tạp chí, khi thực hiện việc giới thiệu đặc biệt về một tác giả. Những số như thế này, số trang thường bị hạn chế bởi còn phần bài vở thuộc những chủ đề khác. Sinh hoạt gì cũng có ngẫu nhiên bất ngờ, in thêm một số song song với tập báo có ghi tên số cũng là một điều vui. Trong tương lai, nếu đủ điều kiện chúng tôi vẫn tiếp tục.

Nhà thơ Phạm Cao Hoàng, tên thật Phạm Công. Anh sinh vào năm 1949 tại Tuy Hòa, Phú Yên. Trình độ học vấn Cử nhân Anh văn. Dạy học 30 năm qua các tỉnh Bình Thuận, Phú Yên, Lâm Đồng. Sang Mỹ định cư cuối năm 1999. Hiện sống cùng gia đình tại tiểu bang Virginia. Khởi viết năm 1969, ngoài thơ, truyện còn có viết một số ca khúc. Chủ biên trang VHNT *phamcaohoang.com*.

Số sách anh đã cho phát hành gồm: *Đời Như Một Khúc Nhạc Buồn* (thơ, 1972), *Tạ Ơn Những Giọt Sương* (thơ, 1974), *Mây Khói Quê Nhà* (tuyển tập thơ, 2010), *Mơ Cùng Tôi Giấc Mơ Đà Lạt* (truyện và tùy bút, 2013), *Đất Còn Thơm Mãi Mùi Hương* (thơ, 2015 tái bản 2022).

Số đặc biệt *"Phạm Cao Hoàng văn chương và bằng hữu"* này được chia làm 5 phần:

Phần thơ trước 1975, phần thơ sau 1975, phần truyện ngắn Phạm Cao Hoàng, phần nhạc Phạm Cao Hoàng và cuối cùng phần những bài cảm nhận, đánh giá tác phẩm cùng đôi nét về tác giả của những cây bút thành danh và quen tên với chúng ta; xin kể theo sắp xếp thứ tự ABC như sau:

Cao Thoại Châu, Du Tử Lê, Đinh Cường, Đỗ Xuân Tê, Elena Pucillo Truong, Hoàng Kim Oanh, Hồ Đình Nghiêm, Luân Hoán, Nguyên Minh, Nguyễn An Bình, Nguyễn Minh Nữu, Nguyễn Thị Hải Hà, Nguyễn Vy Khanh, Nguyễn Xuân Thiệp, Phạm Văn Nhàn, Phan Tấn Hải, Trần Doãn Nho, Trần Hoài Thư, Trần Thị Nguyệt Mai, Trần Yên Hòa, Triều Hoa Đại, Trương Văn Dân, Trương Vũ.

Đội ngũ chăm sóc việc hình thành, trình bày, in ấn vẫn những bàn tay Uyên Nguyên Trần Triết, Công Nguyễn, Trần Thị Nguyệt Mai, Lê Hân.

Những phụ bản làm đẹp cho tác phẩm gồm tranh của các họa sĩ Đinh Cường, Trương Vũ, Nguyễn Trọng Khôi, Nguyễn Sông Ba.

Sau danh sách hùng hậu trên, bài mở đầu này không còn gì để viết, và "vui" nhất vẫn giữ tên Thư Tòa Soạn, như gắng lưu một chút gì còn dính với tờ báo Ngôn Ngữ. Mong bốn phương bạn đọc luôn rộng lòng tìm đọc và bạn viết khắp nơi vẫn vui tay dắt Ngôn Ngữ thêm vững bước.

Thành kính,
Luân Hoán

LUÂN HOÁN
Phác Thảo Chân Dung Phạm Cao Hoàng

Phác thảo chân dung Phạm Cao Hoàng
Tranh Đinh Cường (2010)

qua nét vẽ Đinh Cường
thấy ông thật nghệ sĩ
đời thường chẳng bình thường
đúng thứ thiệt thi sĩ

mắt sáng vầng trán cao
thong dong dòng tóc lượn
mũi môi dáng anh hào
hồn cúc hoa thắm đượm

cặp kính cận điểm trang
một đời nặng sách vở
khởi từ thuở trường làng
đất Phú Yên, Phú Thứ

con chữ theo chân ông
lên Đại học Đà Lạt,
Sư phạm đất Qui Nhơn,
đến Sài Gòn sư phạm

nghề cầm phấn làm thầy
chuyển trường như chuyển bến
Duồng, Đức Trọng, Trạm Hành,
Đà Lạt... mời ông đến

chắc ông có cả đàn
nữ sinh mê thầy giáo
Cúc Hoa có sắp hàng
sao ưu tiên tuyển mộ?

khởi nghiệp đời thơ xanh
từ một-chín-sáu-chín
với Đi Giữa Chiến Tranh (1)
vinh thăng ngay thi sĩ

mặt trận ông hành quân
toàn chiến địa hiển hách:
Vấn Đề, Văn, Bách Khoa,
Khởi Hành cùng Ý Thức,
Tuổi Ngọc tỏa mùi hoa
cho tình thơm Thời Tập...

đời đẹp nhờ thi ca
ông là người làm đẹp
Hành Phương Đông đậm đà (1)
vẫn Cúc Hoa trên hết (2)

tạm gói cả đời thơ
trong tinh hoa mấy tập:
Đời Như Một Khúc Nhạc Buồn
Quê Nhà cùng Mây Khói
Tạ Ơn Những Giọt Sương (3)

tôi không vẽ chân dung
từng nụ thơ ông nở
chuyện này khó vô cùng
dành riêng các thức giả

tôi cũng ưa làm thơ
nên thường trực thơ thẩn
mon men gõ cửa vào
những tâm hồn bay bổng

ông, ấn tượng đầu tiên
với tôi, cái tên gọi
không phải chỉ có duyên
còn rất là quí phái

tôi rất khoái từ "Cao"
không hiểu sao lạ vậy
từ "Hoàng" giống như sao
quyền uy cùng lộng lẫy

bút hiệu như tên vua
đúng là rất hấp dẫn
từ đó càng chóng ưa
những dòng chữ cẩn thận

danh xưng, theo riêng tôi
đóng một phần quan trọng
có thể tôi dở hơi
nhưng tình thiệt như vậy

sẽ rất là linh tinh
nếu điểm trang vụng nét
xin ông đừng giật mình
nhìn ông qua tôi vẽ

nghe nói ông khá nghiêm
hơi khó tính một chút
nhưng vẫn thừa xuề xòa
nhìn đời rất châm chước

có lẽ trăm nhà thơ
cả trăm người lãng mạn
với trái tim ngọt ngào
luôn yêu đời, rộng lượng

tin, vịn vào điểm này
tôi đùa không sợ giận
dù quen ông ngắn ngày
tình bạn vừa đủ thấm

ngồi so lại năm sinh
ông vào đời bốn chín
sau tôi những tám năm
vẫn đề huề bè bạn

thật tuyệt vời Cúc Hoa
bình dị loài hoa cúc
hương thân mật đậm đà
Phạm Cao Hoàng vàng rực

mời ông ghé sát tai
cho tôi hỏi nho nhỏ:
truyện, nhạc ông lai rai
có tình em hoa cúc?

thành thật cảm ơn ông
mang tôi Về Chốn Cũ (4)
ngồi nghe ông trải lòng
thắm thiết dòng bút ký:

Mơ-Cùng-Tôi-Giấc-Mơ-
Đà-Lạt (4) thơm kỷ niệm
mời ông cụng cái nào
mừng vì quê trang điểm

Luân Hoán
November, 2012

Chân dung Luân Hoán Tranh Đinh Cường

---

(1) tên hai bài thơ đặc biệt của PCH
(2) quí danh bà PCH
(3) tên thi phẩm đã xuất bản của PCH
(4) tên sách và DVD của PCH

PHẦN 1

THƠ PHẠM CAO HOÀNG TRƯỚC 1975

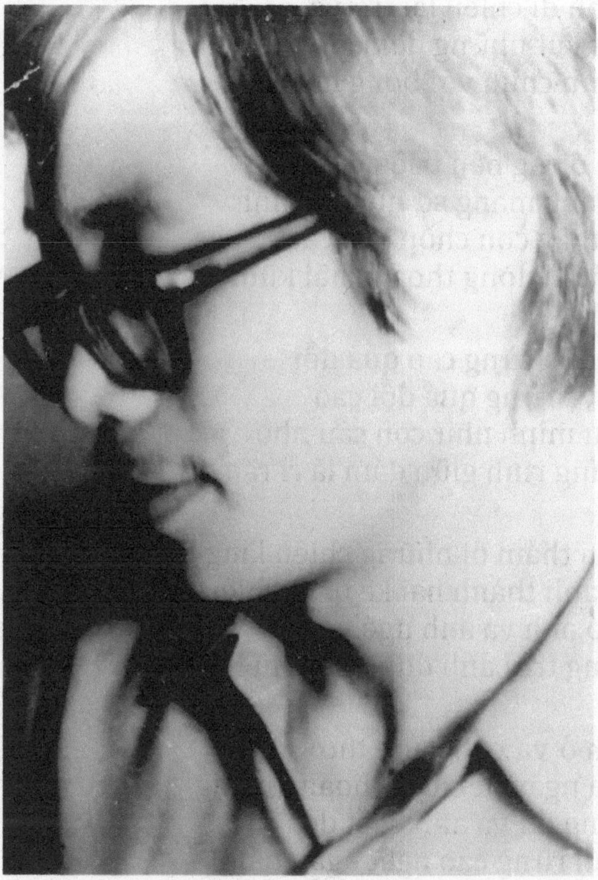

Phạm Cao Hoàng
Ảnh Tô Duy Thạch (1974)

NHỚ CÚC HOA

đất anh ở và rừng anh thở
sáng anh đi chiều lại trở về
rừng vi vút những đêm gió thổi
bóng anh chìm với bóng hư vô

đôi khi đứng bên triền đá dựng
anh hoang mang sợ núi đè mình
có khi thấy con chồn con cáo
anh giật lùi lòng thoáng hãi kinh

anh đi qua rừng cao quá đỗi
anh đi về rừng quá đỗi cao
anh thu mình như con sâu nhỏ
nằm rung rinh giữa đám lá rì rào

và buồn thảm ôi những chiều lặng lẽ
núi và anh thành hai kẻ đăm chiêu
núi ngó anh và anh ngó núi
núi đụng trời anh đụng nỗi đìu hiu

đất anh ở và rừng anh thở
quá lâu ngày nên thấy hoang mang
anh sống dở và anh chết dở
giữa núi rừng cao ngất ngàn năm

1974

Cúc Hoa, giấc mơ Đà Lạt thời chưa biết buồn

Tranh Đinh Cường (17.3.2013)

Một Bông Hồng Nở Giữa Tim Anh

em yêu dấu, sáng nay khi thức dậy
anh vươn vai nghe chim hót bên ngoài
trong tim anh có chút gì rộn rã
có chút gì nhè nhẹ như mây bay

vâng, anh sẽ khoác áo mưa, xuống phố
uống cốc cà phê thơm ngát khói hòa bình
để anh thấy đất trời kia rực rỡ
nỗi vui mừng đợi suốt mấy mươi năm

em yêu dấu, đây là lần thứ nhất
trong đời mình anh thấy quá hân hoan
anh muốn nói với muôn người trên mặt đất
rằng nơi đây sắp hết điêu tàn

và có thể nào đêm nay không còn tiếng súng
không còn nghe tiếng còi hụ giới nghiêm
ba giờ sáng xuống Ngã Tư Quốc Tế
ăn một tô mì thơm ngát bình yên

có thể nào sáng mai trên thành phố cũ
người ta bảo nhau: hôm nay hòa bình
người ta dắt nhau trên đường trẩy hội
riêng một bông hồng nở giữa tim anh

em yêu dấu, mộng có khi là thực
đợi lâu rồi, cũng có lúc, phải không em?
bóng hòa bình dẫu gần hay xa lắc
cũng tin rằng sẽ có, nhé em

1973

Mùa Phượng Hồng

có ai qua đó góp dùm tôi
những đám mây bay trắng một trời
những bông phượng đỏ màu nhung nhớ
gửi làm quà tặng buổi chia phôi

sẽ xa, thôi cũng đành xa nhé
người về cuối bãi kẻ đầu sông
có chút gì đau như cắt ruột
tay chào, tay vẫy, nón che ngang

sẽ xa, ừ thôi nhé đành xa
rồi mai trên những lối tôi về
tôi biết lòng tôi nghe rộn rã
nhịp guốc ai đùa trong nắng trưa

bỗng dưng tôi thấy mình tiếng tiếc
những tà áo trắng nắng nghiêng nghiêng
những bàn tay giở lần trang sách
e ấp tờ thư trước cổng trường

có ai qua đó hái dùm tôi
những đóa hoa thơm ngát một thời
ép vào tim để nghe thương nhớ
để nghe sầu giạt đến muôn nơi

sẽ xa, thôi cũng đành xa nhé
người về cuối bãi kẻ đầu sông
bóng hoa bay mấy chiều tan tác
hoa rụng ba năm trắng bến hồng

rồi mai khi gió mùa thu tới
khi nắng tàn phai trên lối xưa
có biết người xa xôi trở lại
hay là biền biệt đến muôn thu

trời bỗng mang mang, đất ngậm ngùi
những tà áo trắng năm xưa ơi
có ai qua đó cho tôi gửi
một trái tim đau của một thời

1973

Mùa Thu Trở Lại Trường

bay bay những lá me đầu tháng tám
giục em tôi ôm sách trở về trường
nghe trong lòng có một chút bâng khuâng
chân chưa bước nhưng chừng như rộn rã

con đường này, lối đi kia, quen quá
và nao nao là những buổi em về
có cậu học trò vừa biết mộng mơ
bước lẽo đẽo theo em về cuối ngõ

chớm thu sang trời làm heo may gió
cổng trường xưa thêm một chút rêu xanh
những tường vôi, mái ngói, ghế và bàn
bỗng một lúc như cùng đổi mới

rụng đi những bông phượng hồng chờ đợi
mùa thu em tôi đang trở lại trường
trong nắng vàng có thoang thoảng chút hương
hương của tóc còn thơm mùi bồ kết

hương của thời em tôi chưa biết
yêu em là yêu cái miệng em cười
thương em là thương cả đất và trời
trời đất suốt ngàn năm còn cô độc

mùa thu em tôi vừa len lén bước
nhè nhẹ thôi cho khói quyện trong hồn
chầm chậm thôi kẻo ngày sẽ điêu tàn
và chớ giẫm lên đời tôi, em nhé

vang vang những hồi chuông giục giã
đường thu reo vui nhịp guốc khua giòn
tôi biết chiều nay trong khói hoàng hôn
tôi lại đứng bên đường, chờ đợi...

1973

Cuối Năm Ở Trạm Hành

ngó quanh chỉ thấy rừng tiếp rừng
một trời sương trắng phủ mùa đông
những bông quì nở cùng hơi bấc
quê nhà tan với bóng sương tan

thưa mẹ, con đang ở Trạm Hành
trời đang mùa rét lạnh căm căm
cuối năm vượn hú trên kè đá
con hát nghêu ngao hát một mình

con bước lang thang bước dặm trường
nhủ lòng đâu lại chẳng quê hương
ở đâu cũng dưới trời thương nhớ
một bóng cò lặn lội bên sông

thưa mẹ, con đang ở Trạm Hành
nơi đây còn những khóm su xanh
những vườn mận chín mùa xuân mới
những đồi trà thơm ngát bình yên

những chiều hiu hắt bóng sương rơi
con thở bằng hơi thở núi đồi
con bước cùng sương đi với khói
con ăn gió lạnh uống mây trời

thưa mẹ, con đang ở Trạm Hành
đâu đây trời đất báo xuân sang
con bỗng nghe lòng con rộn rã
tiếng quê nhà giục giã trong con

cuối năm, ừ sắp hết năm rồi
nơi đây còn một bóng con thôi
ngó quanh nào biết đâu phương hướng
quê nhà, nghe xa lắc, mẹ ơi

1972

Ghi chú: Đi từ Đơn Dương lên Đà Lạt,
qua khỏi đèo Dran thì đến Trạm Hành.

HÀNH PHƯƠNG ĐÔNG

Hỡi ơi trời đất vô cùng rộng
Nào biết tìm đâu một mái nhà
Nguyễn Bính – *Hành phương nam*

bạn ta, áo ngươi sao bạc thếch
chiều nay còn một ngươi với ta
ngươi nhớ gì dưới trời mây trắng
ta nhớ màu hoàng hôn năm xưa

ngươi phong trần ta cũng giang hồ
vó ngựa qua nhịp khua lóc cóc
buổi ra đi đâu mơ ngày về
nhưng chiều nay ngươi ơi ta muốn khóc

ngươi ba mươi ta cũng ba mươi
kể cũng đã mười năm rồi, xa lắc
thì vui đi cho hết một đời
rằng ta kẻ trời cho sống sót

đôi khi ta mơ một căn nhà trống
dù thu sang hay lồng lộng buổi mưa về
gõ trên quãng đời xưa mà hát
rằng ngàn năm mây trắng đời ta

bạn ta, còn đây lưng chén rượu
ta mời ngươi cạn nốt cùng ta
dẫu lòng ta bạc hay ngươi bạc
cũng cầm bằng như bóng mây qua

cũng như là những giọt máu hồng
đã nhỏ xuống trong mùa xương máu
bên trời kia, ngươi nghe gì không
tiếng ai vọng đau mấy chiều cố xứ

trong lòng ta có một dòng sông
dòng sông xưa đục mù bến nước
lau lách khuya sương lạnh hàng hàng
bạn ta hỡi, làm sao quên được

ta chợt thấy trong đôi mắt ngươi
có điều gì ngươi chưa thể nói
mây vẫn còn giăng trắng một trời
hồn ta cũng giăng đầy sương khói

có nỗi buồn nào đang len trong từng mạch máu
có mũi nhọn nào đâm trong tim ta từng cơn
cạn chén rượu thấy trời đất sụp
ta cũng như ngươi, có vui gì hơn

bạn ta, ngươi sống có bao năm
mà sương gió đầy trên mái tóc
ta cùng ngươi đi giữa phương đông
đất rộng quá nên ngàn năm còn cô độc

mây trắng quá và chiều tê tái lắm
biết về đâu giữa lúc hoàng hôn phai
ta cùng ngươi những bóng đời lếch thếch
chiều tan mau rồi vẫn bóng đêm dài

chẳng lẽ ta bắt chước người xưa
ôm chí lớn đi cùng trời đất
trăm năm rồi như bóng mây qua
chí đã cùn nên thiên thu đành chôn chặt

chẳng lẽ ta học người thất thế
mượn dăm chén rượu lãng quên đời
hay ngửa mặt ngâm câu khí khái
giữa chợ đời lê gót rong chơi

bạn ta, vui chi mà cười ngất
buồn chi đập chén vỡ tan tành
mây phương nam có khi mù phương bắc
có khi là mây chia cắt ngàn năm

ta có khi đứng bên tuyệt lộ
thấy một màu nắng úa dưới nhân gian
lớp lớp những mồ xanh bóng cỏ
huyệt sâu kia ta đã có phần

thời xuân thu chẳng thấy ngọn ngô đồng
chim phượng bay dưới trời tan tác
thời hoàng kim của mưa đổ máu hồng
kẻ thất chí nhìn trời rơi nước mắt

ta với ngươi đứng giữa vực tử sinh
vẫn thấy bay một trời mây trắng
nghe quanh đây trời đất quá điêu tàn
không còn ai giữa chiều thoi thóp nắng

trong mắt ngươi có bóng đời ta tan vỡ
có mùa đông quê cũ rét mưa phùn
có đầu thu rụng đầy bông khế
có bông cúc vàng nở rộ chớm sang xuân

có chuyến tàu đi trong chiều sương lạnh
nhả khói buồn tan với hoàng hôn
có chiếc khăn tay vẫy ngang mắt lệ
bánh sắt lăn như nghiến nát cả lòng

chiều nay đèn nhà ai thắp sáng
nghe rộn ràng bên lớp khói đùn quanh
mười năm, ta hay ngươi người viễn khách
rét về chưa mà hồn lạnh căm căm

ta cùng ngươi đi giữa phương đông
giày đã rách nhưng chân chưa thấy mỏi
vỗ trên lưng ngày tháng mà ca rằng
giữa trần gian ta như hạt bụi

bụi dẫu có ngàn năm chờ đợi
cũng ngậm ngùi tan với hư không
ngươi dẫu cạn bao nhiêu hồ rượu
cũng dễ chi đã ấm được lòng

cũng không bằng một sớm mùa đông
quàng khăn rét ngồi bên cửa sổ
hay co ro bên bếp lửa hồng
ấm đời nhau dăm câu chuyện kể

thời bây giờ ta như chim bị đạn
kêu đau thương nay đã suốt bao chiều
bay lảo đảo dưới trời hiu quạnh
đợi tan tành cùng mặt đất buồn thiu

thời bây giờ, của những giọt nước mắt
ướt đẫm khăn hồng người con gái năm xưa
thời của những khăn tang chít vội
thời ruột đau như cắt nỗi chia lìa

thời huy hoàng của những bầy quạ đen
bay phơi phới giữa phương đông hực lửa
thời của những người đã đánh mất trái tim
chỉ còn bóng hận thù vây mọi phía

cắn trong răng một trái bồ hòn
không thể nói những điều muốn nói
ta cùng ngươi những bóng đời thầm
nhìn mây trắng lòng đau vời vợi

đã bao năm dòng máu ta sắp cạn
mà nơi đây không một bóng ai về
rụng tan tác những mùa hoa rụng
mà mây thì mây trắng lê thê

ta cùng ngươi vẽ bóng mà chờ
cùng mặt đất quay theo thời chiến quốc
chiều nay còn một ngươi với ta
bước khập khiểng dưới trời cô độc

có tiếng tù và vang vang trong gió
âm thanh buồn xé vỡ không gian
cũng là lúc nụ cười ta héo hắt
chiều thê lương trời đất quá điêu tàn

có tiếng ai vọng từ muôn kiếp trước
bông hồng nào vừa rụng giữa lòng ta
trong mắt ngươi có chút gì u uất
soi long lanh bóng dáng một quê nhà

kể cũng đã mười năm rồi ngươi hỡi
ngửa nghiêng cùng lịch sử thăng trầm
vui có khi cười ra nước mắt
có khi là rượu say khướt hoàng hôn

ruột có khi tưởng lìa chín khúc
máu có khi ứ giữa buồng tim
cũng đành sống cho qua thời mạt kiếp
dù tháng ngày chụp xuống những oan khiên

bạn ta, bên kia sông là núi
núi của ngàn năm đá vọng bóng người đi
núi tiếp sông và sông tiếp biển
sông tiễn người qua bến phân ly

sông ngậm ngùi vỗ sóng thiên thu
mùa bão tới gầm lên hồi bi thiết
gờn gợn trên sóng bạc những căm thù
bởi máu đã nhuộm hồng sông nước

bấc đã lụn nên đèn leo lét
gót ai qua rờm rợp khắp non sông
trên mặt đất người người rơi nước mắt
và nơi đây ta ngậm nỗi căm hờn

ta cùng ngươi đi giữa phương đông
thương vườn ai đìu hiu dăm xác lá
mái rêu phong cửa khép im lìm
nhà ai đó giống quê nhà ta quá

giậu ai đó đỏ hàng dâm bụt
ngỡ như màu mực tím thuở mười ba
nghe thoang thoảng mùi hương sách mới
có chút gì nghèn nghẹn giữa tim ta

bóng chim nào lạc cánh cuối trời xa
đất rộng quá biết đâu là cố lý
và nơi đây hiu hắt những đời người
dài râu tóc ngồi mơ thời thịnh trị

lúc tuổi trẻ đã tan rồi chí khí
sống nửa đời ta chẳng thấy quê hương
nhìn lên cao mây còn bay lớp lớp
ta cùng ngươi quay với bóng tang thương

1971

THƠ TẶNG NGƯỜI TUỔI TRẺ

ba mươi chưa hỡi người tuổi trẻ
mà trông như tóc đã hoa râm
chân đã mỏi trên đường phiêu lãng
cuộc bể dâu vùi dập biết bao lần

tàn giấc mộng tỉnh ra mới biết
đời buồn tênh vẫn cứ buồn tênh
đời trăm năm chìm sương khuất khói
sẽ tan tành như cát bụi phù vân

có lúc vỗ lưng bầu rượu cạn
dang tay mời tri kỷ uống cùng
chiều kia đứng bên cầu soi bóng
mới biết mình áo rách đã bao năm

sớm tinh sương nghe chim sáo hót
à thì ra thu đã sắp tàn
thu mây bay thu gió về hiu hắt
thu lá vàng rụng suốt mấy mùa tang

bầu rượu cạn cạn bầu rượu cạn
tàn đêm sương ngất ngưởng một mình
phút cuồng nộ đập tan chí khí
hồ vinh danh ta đã vô danh

hồ trăm năm thét lời bi tráng
nhìn non sông một thuở ngậm ngùi
gió bắc phương tạt ngoài biên giới
lửa tây phương cháy đỏ một trời

có khi đẩy bạo tàn một phía
đoạn mời người thù tạc cùng ta
say một giấc mộng đời tan nát
mấy năm trời còn đây chén hoàng hoa

mấy năm ròng lang thang lếch thếch
ngó lại mình còn đâu nữa ngày xưa
thân tàn tạ như thu vàng xác lá
nửa đời người như một giấc mơ

ô ta sống trên trời hay dưới đất
ha ha ha đời có chi vui
sông với núi sầu che lấp kín
nửa đời ta một bóng ta thôi

1971

Những Nhịp Cầu Đen Buồn Bã

anh lầm lũi như kẻ lạ mặt
sớm tinh sương đạp xe qua cầu
cầu gập ghềnh như đời anh xuôi ngược
nên không cầm được nỗi lo âu

những sớm mai phố im lìm ngủ
có ai hay một bóng âm thầm
mắt nhìn sông sâu mà lòng muốn khóc
buồn nào như bọt sóng vô tăm

mùa nước lớn nước xuôi cuồn cuộn
bóng chim qua soải cánh mù tăm
mây xuống thấp cùng mưa buồn vỡ chết
anh lặng thầm nay đã bao năm

hỡi những nhịp cầu đen buồn bã
có buồn không những sớm mưa qua
có se sắt như lòng tên đãng tử
đã dừng chân đứng lại bên bờ
có heo may như gió đầu tháng chạp
thổi đầy trời, thổi giạt bóng mây xa

mùa nước cạn cát trùng trùng cuối bãi
cỏ rêu kia xa cách đời nhau
anh dõi mắt mà trông niềm ly biệt
như lòng sông khô nước dưới chân cầu

chân đã qua mắt còn nhìn lại
cầu thì cao sông nước thì xa
nên ngàn năm lạnh lùng soi đáy nước
không làm sao nối được lòng chúng ta

những sớm mai hồng tim anh rướm máu
những sớm thu sang hiu hắt mưa buồn
anh lăn vòng xe từng vòng hụt bước
xe lăn qua mau những nhịp tình không

những sớm mai xanh một dòng nước biếc
anh nhìn chim vỗ cánh giữa mênh mông
chim bay trời cao nước xuôi dưới thấp
buồn nào như gió ngủ trên không

hỡi những nhịp cầu đen buồn bã
đã bao năm không nối được lòng nhau
thì ngàn năm cũng hoài mong đợi
như cầu cao soi bóng đáy sông sâu

Tuy Hòa, 1971

Bạch Tiễn Tôi Ở Ngã Ba Duồng

tay chưa vẫy mà lòng nghe ứa lệ
người tiễn tôi một sớm mùa thu
cám ơn em, hỡi người thiếu nữ
thôi, chia tay, xe lăn giữa bụi mù

trong phút đó sao người chẳng nói
dù một lời cũng đủ buổi xa nhau
và trong mắt người có gì buồn bã
thoáng ngượng ngùng rồi sẽ quay mau

hình như gió lộng qua màu áo
tóc người che mấy cõi trời sầu
xe lăn bánh tôi âm thầm khóc
có xa rồi lòng mới thấy đau

người tiễn tôi một sớm mùa thu
vàng dáng lá như dáng người tha thướt
đường thì xa vạn dặm mịt mù
những oan nghiệt làm sao ngờ được

tôi phong sương nên không hề biết
con đường nào có lá me bay
con đường nào chân người in dấu
những tình buồn giữa buổi thu phai

người cũng hiểu đời một tên đãng tử
có gì đâu ngoài cuộc sống buồn tênh
những thu qua rồi những mùa thu tới
một mình tôi rồi vẫn một mình

người cũng thấy áo tôi không đủ ấm
chưa ba mươi mà tóc bạc trắng đời trai
ngày tháng cứ lạnh lùng một bóng
tôi điêu linh nay đã mấy năm rồi

có lúc tôi nhủ thầm đời lạ nhỉ
tôi mà cũng có người đưa tiễn ư
tôi mà cũng có người con gái dáng như thu
cầm tay khóc giữa tình đời bội bạc

bởi thế nên cám ơn, người nhé
xe lăn đi là cách biệt ngàn trùng
xe lăn rồi bụi mù trời giông bão
tóc thu người bay giữa hư không

1970

Nhớ Ngôi Trường Bên Núi Nhạn Sông Đà

khi từ giã ngôi trường yêu dấu ấy
là khi tôi từ giã tuổi thơ mình
trong ký ức có khung trời mơ ước
có bạn bè và giấc mộng thư sinh

để lại đó những buồn vui một thuở
kỷ niệm đầu đời đâu dễ gì quên
để lại đó bóng thầy tôi cúi xuống
ánh mắt thân thương giọng nói nhẹ nhàng

để lại đó những hồn nhiên mơ mộng
cỏ và hoa bên núi Nhạn sông Đà
một thời rong chơi bên kia Ngọc Lãng
và biển mênh mông, ôi biển Tuy Hòa!

khi từ giã ngôi trường yêu dấu ấy
là khi tôi từ giã tuổi thơ mình
trong ký ức có mây trôi bàng bạc
có tiếng cười rộn rã thuở hoa niên...

1969

Đi Giữa Chiến Tranh

quê cũ mười năm mây lớp lớp
mười năm mưa khóc buổi sang mùa
dưới trời sương lạnh rơi tan tác
rét mùa đông cũ rét lê thê

đường tôi đi có bom và đạn
có hận thù trên mỗi dấu chân
ai thả vào hồn tôi mới lớn
những mùa xương máu ngập tang thương

đường tôi đi có mùa hoa rụng
những cánh hoa màu tim tím xưa
có phải màu hoa trên áo lụa
bay bay chiều gió lộng em về

đường tôi đi có khói hoàng hôn
quyện trong mưa bấc sắt se buồn
có phải mẹ tôi bên bếp cũ
đốt lò sưởi lạnh cuối mùa đông

ai thổi vào hồn tôi khúc nhạc
ngàn năm réo gọi kiếp đời tôi
nơi đây có kẻ tìm non nước
lang thang bên những mộ bia người

ai bắn vào hồn tôi trái nổ
đứt từng mạch máu nát tim tôi
vỡ vỡ chiều nay tôi sắp vỡ
chiến tranh chiến tranh bao giờ thôi

1969

PHẦN 2

THƠ PHẠM CAO HOÀNG SAU 1975

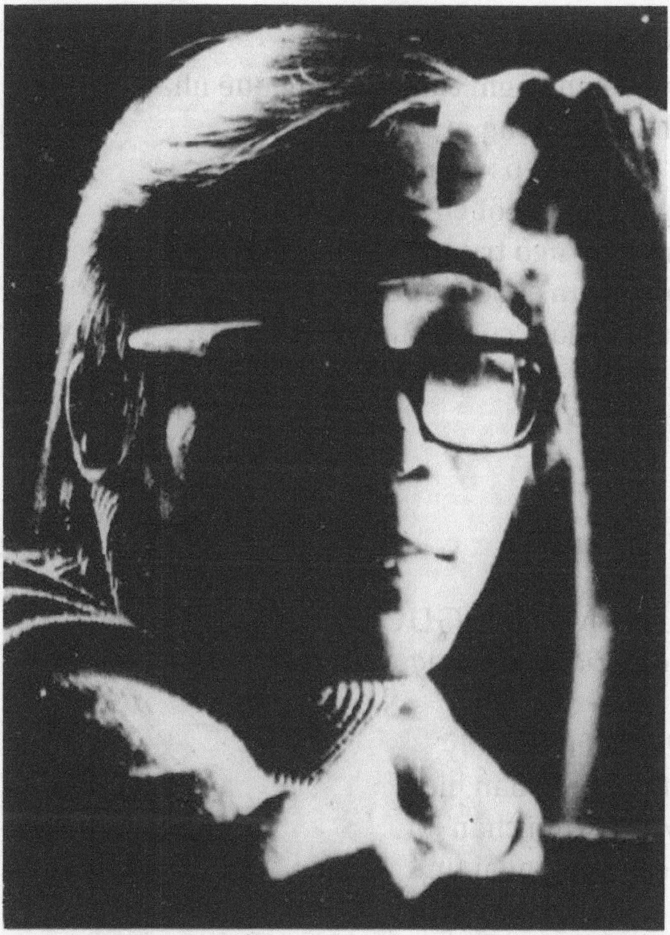

Phạm Cao Hoàng – Photo by Lê Chỉnh (1982)

Sau Chiến Tranh Trở Lại Tuy Hòa

khi về thăm lại cố hương
thấy quê nhà nghĩ càng thương quê nhà
hắt hiu một bóng mẹ già
một ngôi mộ cỏ xanh và khổ đau
bâng khuâng một chút vườn sau
ngậm ngùi ngõ trước lao xao nắng vàng
đã qua chưa cuộc điêu tàn
đám mây năm cũ biết tan nơi nào

Tuy Hòa, 1976

Thăm Một Người Bạn Cũ

gửi anh Đỗ Chu Thăng

chiều đi lên Hòa Mỹ
hỏi thăm nhà bạn hiền
đường xa, núi chắn lối
núi cao cũng phải tìm

Tuy Hòa, 1979

Người Thi Sĩ Ấy Không Còn Làm Thơ

mười năm và mười mùa đông
trong hơi thở có hương nồng em trao
có tình em rất ngọt ngào
trong veo như giọt sương đèo Prenn
nồng nàn như đêm Lâm Viên
như Đà Lạt với lời nguyền năm xưa
tôi và em vẫn đi về
trên con đường có nhiều hoa dã quì
có hò hẹn thuở tình si
có gian nan có nhiều khi rất buồn

mười năm và mười mùa đông
người thi sĩ ấy không còn làm thơ
còn chăng là tiếng ngựa thồ
thở khi lên dốc bụi mờ mịt bay
còn chăng là hai bàn tay
đã chai sạm với tháng ngày gian nan
còn chăng là mây lang thang
trên đồi gió hú bạt ngàn rừng thông
còn chăng là đêm mênh mông
người ngồi nhớ một dòng sông cạn rồi

Đà Lạt, 1985

Mây Khói Quê Nhà

bữa đó con về thăm Phú Thứ
gặp lại mùi hương của ruộng đồng
gặp lại những năm và tháng cũ
mây khói quê nhà nhẹ bước chân

mùi hương của đất làm con nhớ
những giọt mồ hôi những nhọc nhằn
cha đã vì con mà nhỏ xuống
cho giấc mơ đời con thêm xanh

mùi hương của đất làm con tiếc
những ngày hoa mộng thuở bình yên
nồi cá rô thơm mùa lúa mới
và tiếng cười vui của mẹ hiền

ngày mai con lại ra đi nữa
cứ đi hoài mà chẳng đến nơi
ước mơ ngày ấy giờ chưa đạt
mà bóng thời gian đã muộn rồi

Tuy Hòa, 20.11.1999

THỨC CÙNG EM ĐÊM NAY

thức cùng em hết đêm nay
chia nhau hơi ấm chờ mai lên đường
là khi mình xa quê hương
ra đi cùng với nỗi buồn Việt Nam
là khi chia tay Langbiang
chia tay những đám mây bàng bạc trôi
là khi từ biệt núi đồi
những con đường của một thời thanh xuân
là khi mắt lệ tần ngần
đứng bên con dốc Nhà Làng ngẩn ngơ
là khi sương đẫm mặt hồ
nơi còn dấu vết bài thơ ban đầu
là khi chân bước qua cầu
mắt còn nhìn lại phía sau quê nhà
là khi mình sẽ đi xa
sẽ phiêu giạt mãi như là mây bay
thức cùng em hết đêm nay
chia tay Đà Lạt rồi mai lên đường

Đà Lạt, 25.11.1999

KHI DỪNG LẠI BÊN DÒNG POTOMAC

khi dừng lại bên dòng Potomac
em bên tôi vẫn rất dịu dàng
gió lồng lộng cả một trời Đông Bắc
tóc em bay trong nắng thu vàng

và như thế mình đi và đã đến
mình đã tìm và gặp được dòng sông
tôi ngồi xuống để nghe sông hát
và đứng lên ôm lấy mặt trời hồng

và như thế mình đi và đã đến
đã bên nhau thủy tận sơn cùng
tôi nằm xuống để nghe đất thở
tạ ơn đời độ lượng bao dung

khi dừng lại bên dòng Potomac
tôi và em nhìn lại quê nhà
buồn hiu hắt thương về chốn cũ
phía chân trời đã mịt mù xa

Virginia, 2005

Rồi Cuối Cùng Cũng Phải Chia Tay

nhớ anh Từ Thế Mộng
và chị Mộng Giao

dù rất sợ phải nói lời vĩnh biệt
rồi cuối cùng cũng phải chia tay
rồi cuối cùng đôi mắt anh khép lại
rời trần gian xa cuộc khổ đau này

đi về đâu hỡi người thi sĩ ấy
về quê hương gió cát tuyệt vời
một thuở Mộng Giao, một trời bè bạn
biển của quê hương, biển của một thời

đi về đâu hỡi người hiền sĩ ấy
về những đêm trăng Hải Thượng Lãn Ông (*)
về những đồi trà mênh mông chiều Bảo Lộc
về một đời thơ lận đận long đong

đời không vui tôi thành người lưu lạc
có đôi lần muốn trở lại quê xưa
cụng với anh một ly, nhắc những ngày vui thuở ấy
vậy mà bao năm rồi vẫn chưa về

đời không vui tôi thành người biệt xứ
không được vuốt mắt anh trước lúc anh đi
chiều lạnh ngắt bên dòng Potomac
vĩnh biệt anh, vĩnh biệt một đời thơ

Virginia 13.5.2005

(*) Tên một con đường ở Phan Thiết

Mây Trắng

tặng anh Trần Huiền Ân

ngày đi về phía mặt trời
tôi nghe tiếng gọi của người năm xưa
và nghe tiếng mẹ ầu ơ
bên dòng sông với đôi bờ quạnh hiu
xóm thôn một thuở tiêu điều
gian nan cùng với cuộc phiêu lãng này
ngày về trắng hai bàn tay (*)
người về ôm lấy cụm mây trắng buồn
khói ngày xưa ấy còn vương
sương còn đọng lại bên dòng cổ thi
ngày về nhớ lúc ra đi
biển gào lên khúc biệt ly sao đành
vậy mà...
biền biệt bao năm

Virginia, 2009

(*) BÀI HÁT NGÀY VỀ, thơ Trần Huiền Ân

Dù Sao Vẫn Cám Ơn Đời

tặng anh Trần Hoài Thư

dù sao vẫn cám ơn đời
cỏ cây và gió mặt trời và hoa
cám ơn những đám mây xa
đang bay về phía quê nhà chiều nay
cám ơn những sớm heo may
lạnh se sắt lạnh bên này đại dương
cám ơn giọt nắng vô thường
lung linh ở cuối con đường khổ đau

mười năm nước chảy qua cầu
chuyện người xa xứ là câu chuyện buồn
mười năm sống kiếp tha phương
thân nơi biển Bắc mà hồn biển Đông
mười năm thương ruộng nhớ đồng
lòng còn ở lại sao không quay về
mười năm nhớ đất thương quê
bước đi một bước nặng nề đôi chân
mười năm một thoáng phù vân
tiếng chim vườn cũ mùa trăng quê người

dù sao vẫn cám ơn đời
biển xanh và sóng núi đồi và em
cám ơn những sáng êm đềm
khói cà phê quyện bên hiên nhà mình
đứng bên bờ vực tử sinh
vẫn nghe em hát bản tình ca xưa

mười năm như một giấc mơ

Virginia, 2009

BÂY GIỜ

bây giờ nhớ núi nhớ rừng
nhớ sông nhớ biển nhớ trăng quê nhà
thương em ngày nắng Tuy Hòa
chiều mưa Đức Trọng, sáng Đà Lạt sương
thương em và những con đường
một thời tôi đã cùng em đi về
bây giờ lạ đất lạ quê
bước chân phiêu bạc biết về nơi đâu (*)
thương em nắng dãi mưa dầu
đau cùng tôi với nỗi đau riêng mình
chia cùng tôi một chút tình
của ngàn năm trước và nghìn năm sau

về đâu chẳng biết về đâu
thôi thì về lại buổi đầu gặp em
dòng sông xưa ấy êm đềm
mùa thu năm ấy bên thềm lá bay
bàn tay nắm chặt bàn tay
dìu nhau qua những tháng ngày gian nan

bây giờ ngồi nhớ Việt Nam
bên trời tuyết lạnh hai hàng lệ rơi

Virginia, 2009

(*) PHIÊU BẠC [飄泊]

Đã Qua Rồi Một Mùa Đông

hôm em ở bệnh viện về
cụm hoa trước ngõ cũng vừa ra bông
đã qua rồi một mùa đông
và qua rồi những ngày không tiếng cười
em đi xe lăn mà vui
lăn đi em nhé cho đời bớt đau
tôi đưa em ra vườn sau
để nhìn lại mấy luống rau em trồng
hái tặng em một đóa hồng
và chia nhau nỗi long đong xứ người
em đi xe lăn mà vui
lăn đi em nhé cho vơi nỗi buồn
đưa em về phía con đường
có con sóc nhỏ vẫn thường chào em
hát em nghe bài Je t'aime
kể em nghe lại chuyện tình Cúc Hoa
em đi xe lăn về nhà
mùa xuân nhè nhẹ bước qua bậc thềm

Virginia, tháng 1.2012

MƯỜI BA NĂM, QUY CỐ HƯƠNG

ngủ đi em, đêm khuya rồi
sớm mai thức dậy cùng tôi lên đường
mười ba năm, quy cố hương
có đi biền biệt vẫn thương quê nhà
vẫn thương dưa mắm tương cà
thương con cò trắng bay qua cánh đồng
vẫn mơ về một dòng sông
nơi cha thương mẹ nơi ông thương bà
vẫn mơ về đất và hoa
nơi tôi đã gặp em và thương em
những ngày những tháng êm đềm
em trao tôi cả trái tim thật thà
ngủ đi em, đêm đã khuya
sớm mai thức dậy mình về Việt Nam

Virginia, tháng 1.2012

ĐI CÙNG EM GIỮA ĐÀ LẠT SƯƠNG MÙ

rồi có lúc trở về chốn cũ
đi cùng em giữa Đà Lạt sương mù
hát cùng em bài tình ca thuở ấy
tìm lại dấu chân mình trên những lối đi xưa

tìm lại mùi hương bên chiều Thủy Tạ
theo em về những hò hẹn ngày mưa
và thương nhớ một thời tuổi trẻ
chỉ có hoa hồng và chỉ có mộng mơ

tìm lại giọt sương trên đồi buổi sớm
bước cùng em trên ngọn cỏ hồng
và thương nhớ một thời lãng mạn
chỉ có tình yêu bát ngát mênh mông

rồi có lúc trở về chốn cũ
đi cùng em giữa Đà Lạt sương mù
quên đi một đoạn đời lận đận
quên đi những ngày khốn khó gian nan

Đà Lạt, 17.1.2012

Chia Tay Đà Lạt

và tôi lại chia tay Đà Lạt
trở lại quê người với những cơn bão tuyết mùa đông
tôi mang theo nỗi buồn xa xứ
và nỗi hoài hương nặng trĩu trong lòng

tôi lại thấy bóng tôi bên dòng Potomac
bên bờ Đại Tây Dương nghe quê hương réo gọi trái tim mình
đi không phải là đi biệt xứ
thương quê nhà còn lại phía sau lưng
lại cùng em lang thang bên hồ Thạch Thảo
nói với em về một đoạn đời buồn
nói với em về những dòng sông lưu lạc
trôi về đâu rồi cũng muốn trở về nguồn

và tôi lại chia tay Đà Lạt
chia tay những con đường in dấu chân xưa
chia tay rừng thông và cỏ cây sương khói
chia tay mây trời và gió núi Langbiang
mong bình yên đến với Kim Huê (*)
và những người ở lại
mong một ngày về...
dù chưa biết khi nào...

Đà Lạt, 27.1. 2012

(*) Kim Huê, bạn học của Cúc Hoa

Ước Mơ Của Người Họa Sĩ

tặng anh Đinh Cường

chàng ngã xuống
vào một đêm mùa đông ở miền Đông Bắc
sau những tháng năm miệt mài vẽ
vẽ chân dung những người chàng yêu quí
vẽ những kỷ niệm
ở Huế,
ở Đơn Dương,
ở Lạc Lâm,
ở Đà Lạt
vẽ tiếng kèn trong gió xoáy (*)
vẽ cành cây chảy máu trong mùa đông
vẽ người ngồi trên chiếc ghế cũ
vẽ mùa thu chết
vẽ những tấm lòng
độ lượng
bao dung

chàng ngã xuống
sau khi đã đi nửa vòng trái đất
và dừng chân bên khu rừng Burke
nghe tiếng chim hót buổi sáng
nghe tiếng lá xào xạc buổi chiều
những ngày mưa hiu hắt
những ngày bão tuyết hoang mang
trong garage
đằng sau giá vẽ
chàng lặng lẽ
vẽ chân dung mình
và nỗi nhớ quê hương

chàng bất ngờ ngã xuống
vào một đêm rất lạnh ở miền Đông Bắc
trực thăng cấp cứu đưa chàng chuyển viện
phải cứu lấy người họa sĩ này
phải cứu lấy những bức tranh còn dang dở
bạn bè âu lo
người thân khắc khoải
khi tỉnh lại
trong hơi thở mệt nhọc
chàng nói về một ước mơ:
mong sao sớm trở lại với giá vẽ

Virginia, 14.1.2013

(*) Chữ in nghiêng là tên một số bức tranh của họa sĩ Đinh Cường.

Ngày Tôi Trở Lại Miền Đông

ngày tôi trở lại miền Đông
tôi mang theo một nụ hồng cao nguyên
vẫn là tôi, vẫn là em
vẫn khu vườn cũ, vẫn thềm nhà xưa
đi cùng tôi nhé, Cúc Hoa
trên con đường mịt mù mưa xứ người
và xin cảm tạ đất trời
đã cho em lại nụ cười hồn nhiên
đi cùng tôi, giọt sương đêm
nhẹ nhàng như nhạc và hiền như thơ
mơ cùng tôi nhé, Cúc Hoa
giấc mơ Đà Lạt thời chưa biết buồn
vẫn là tôi, vẫn là em
vẫn khu rừng lạnh tiếng chim gọi đàn
vẫn là mây trắng ngàn năm

Virginia, 17.3.2013

(Để nhớ ngày này hai năm trước, 17.3.2011)

Chia Tay Ngựa Ô

ở lại nhé, Ngựa Ô thương mến [1]
tôi sẽ đi và sẽ nhớ nơi này
nơi bạn bè tôi một thời ấm áp
chia cùng nhau nỗi buồn lưu lạc
nơi anh Đinh Cường viết *Đoạn Ghi Đêm Centreville*
nơi em trở về sau lần ngã gục
tôi dìu em lên những bậc thềm đớn đau và hạnh phúc
gần ba trăm ngày em mới tìm lại được những bước chân
mới biết quê người không chỉ có hoa hồng
mà có cả những cơn lốc dữ
mới hiểu không có nỗi buồn nào hơn nỗi buồn viễn xứ
nhớ và thương mây khói quê nhà

ở lại nhé, Ngựa Ô thương mến
tôi sẽ đi và sẽ nhớ nơi này
nơi những đêm mưa em cùng tôi nhắc chuyện ngày xưa
ngày xưa, ngày xưa, ngày em và tôi lang thang trong
sương mù Đà Lạt
ngày xưa, ngày xưa, ngày em đạp xe chở con đi học
ngày xưa, ngày xưa, bữa ăn chín phần mười là bắp
đêm em nằm trằn trọc
vì không đủ sữa cho con
rồi cũng qua đi những tháng năm buồn
giờ nhớ lại
thôi thì cũng cứ cho là kỷ niệm

ở lại nhé, Ngựa Ô thương mến
tôi sẽ đi và sẽ nhớ nơi này
sẽ nhớ từng ngọn cỏ hàng cây
khu vườn phía sau nhà
và tiếng chim buổi sáng
những chiếc lá vô tình rơi trên mái tóc
tiếng cười của các con những chiều Chủ Nhật
chút khói cà phê quyện ở hiên nhà
và những giọt sương đêm
những giọt sương đêm em và tôi thấm đẫm
những giọt sương đêm dịu dàng như tiếng nhạc Cortazar (2)

Virginia, 17.6.2013

(1) Ngựa Ô (Black Horse): tên một con đường ở thành phố Centreville, Virginia
(2) Ernesto Cortazar (1940-2004): nhạc sĩ dương cầm người Mỹ gốc Mexico

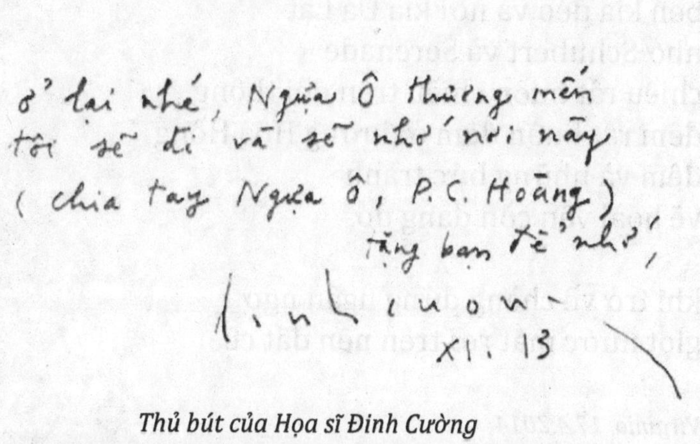
ở lại nhé, Ngựa Ô thương mến
tôi sẽ đi và sẽ nhớ nơi này
(chia tay Ngựa Ô, P.C. Hoàng)
tặng bạn để nhớ,
XI. 13

Thủ bút của Họa sĩ Đinh Cường

Dran, Ngày Về

tặng anh Đinh Cường

khi trở về chàng đứng ngẩn ngơ
giọt nước mắt rơi trên nền đất cũ
đêm Dran
nhớ tiếng xe thổ mộ
về hướng Kado về phía Lạc Lâm
đêm Dran
nhớ quá tiếng đàn
và giọng hát của bạn bè một thời giang hồ bạt xứ
đêm Dran
nhớ những mảng màu của một thời tuổi trẻ
chiếc giá vẽ gian nan cùng năm tháng sương mù

khi trở về
Dran không còn mùa thu
bên kia đèo và nơi kia Đà Lạt
nhớ Schubert và Serenade
chiều rất buồn chiều trên đồi thông
đêm rất buồn đêm ở đường Hoa Hồng
đêm và những bức tranh
vẽ hoài vẫn còn dang dở

khi trở về chàng đứng ngẩn ngơ
giọt nước mắt rơi trên nền đất cũ

Virginia, 17.4.2014

THƯƠNG NHỚ NGỰA Ô

vậy là mình chia tay Ngựa Ô đã được một năm
nhớ Ngựa Ô là nhớ những ngày mùa đông rất lạnh
ba giờ sáng em và tôi ra trước nhà cào tuyết
gió tạt tê người lòng vẫn thấy vui
vì em vẫn đi bên cạnh cuộc đời tôi
và trong căn nhà nhỏ kia
có những mặt trời đang mọc
có tiếng dương cầm Giovanni như dòng suối mát
có tiếng hát Thái Thanh và Tình Hoài Hương
nhớ Ngựa Ô là nhớ con đường
đêm mùa thu tôi cùng em đi về phía hồ Thạch Thảo
tiếng xào xạc của lá vàng
và giọt sương trên vai áo
tôi thương Ngựa Ô và tôi thương em

vậy là mình chia tay Ngựa Ô đã được một năm
nhớ Ngựa Ô là nhớ những đêm bạn bè hát khúc sầu ca viễn xứ
nhớ Nguyễn Ngọc Phong và Gửi Em, Đà Lạt
nhớ Đinh Cường và Đoạn Ghi Đêm Centreville
nhớ Nguyễn Minh Nữu và Mênh Mông Trời Bất Bạt
nhớ Nguyễn Trọng Khôi và Giấc Mộng Trên Đồi Thơm
nhớ Ngựa Ô là nhớ con đường
in dấu chân bạn bè tôi từ những nơi xa xôi có khi là
nửa vòng trái đất
ngồi bên nhau giọt rượu cay trong mắt
ngồi bên nhau cùng nhớ một quê nhà
quê nhà thì xa mây thì bay qua
đời phiêu bạc như những đám mây trôi giạt
nhớ Ngựa Ô là nhớ những bàn tay ấm áp
tôi thương Ngựa Ô và thương bạn bè tôi

Virginia, 1.8.2014

Nguyễn Minh Nữu - Nguyễn Trọng Khôi - Đinh Cường
Nguyễn Ngọc Phong - Phạm Cao Hoàng
Virginia, 2011

Chân dung Phạm Cao Hoàng – Tranh Nguyễn Trọng Khôi (2010)

MÂY NGỪNG BAY

chia tay anh Nguyễn Xuân Hoàng

cũng đành thôi, nắng tắt rồi
mặt trời đã lặn, ngày vui đã tàn
một vì sao – Nguyễn Xuân Hoàng
vừa đi vào cõi vĩnh hằng sáng nay
cũng đành thôi, mây ngừng bay
trái tim ngừng đập, bàn tay vẫy chào
biết đời là giấc chiêm bao
mà sao lòng vẫn thấy đau vô cùng
cũng đành cạn một dòng sông
người đi là mãi mãi không quay về
bên kia là phía hư vô
trăm năm còn lại nấm mồ hư không

Virginia, 13.9.2014

Đà Lạt Và Câu Chuyện Về Khu Vườn Thi Sĩ

và bài thơ tôi viết đêm nay
là bài thơ sau bốn mươi năm
kể từ hôm tôi nắm tay em
chầm chậm đi qua Khu Hòa Bình
xuống con dốc Duy Tân
rẽ sang Hai Bà Trưng
và dừng lại nơi chiếc cầu Vĩnh Viễn

đêm ấy
Đà Lạt có một chút mưa bay
có tiếng hát của Lê Uyên Phương, của Phụng, của Tiên
của Nhượng, của Phong, của Triền, của Chức
em mặc chiếc áo dài màu xanh của miền đồi núi
đôi mắt hồn nhiên như một bài thơ tình

đi bên em trong đêm cao nguyên
tôi nói với em về ước mơ của chàng lãng tử
chàng lãng tử đưa em đến một khu rừng
và dừng lại bên dòng suối
nói với em rằng tôi yêu em
nói với em rằng tôi sẽ không xa em

đi bên em trong đêm cao nguyên
tôi nói với em về câu chuyện thần tiên
tôi và em đi đến một khu vườn
nơi mọi người chỉ biết yêu nhau
chỉ biết tặng nhau hoa, nụ cười và những bài thơ
tôi gọi đó là Vườn Thi Sĩ
em gật đầu cười rất nhẹ:
"em sẽ ở cùng anh trong khu vườn đó"
và bàn tay tôi vừa chạm trái tim em

Virginia, 28.11.2014

SCIBILIA, NGÀY CUỐI THU

Scibilia, ngày cuối thu
tôi đuổi theo những đám sương mù
và khi quay lại tôi nhìn thấy
một giọt sương buồn trong mắt em

giọt sương đọng suốt mười lăm năm
long lanh từ thuở xa quê mình
và em nói rằng em rất nhớ
những bước chân về - đêm cao nguyên

giọt sương đọng suốt mười lăm năm
từ khi mình bỏ núi xa rừng
và em nói rằng em rất nhớ
một chút mây trời Langbiang

giọt sương đọng suốt mười lăm năm
ừ, khóc đi em cho đỡ buồn
quê hương còn đó nhưng xa lắm
và biết ngày về kịp nữa không

Virginia, 12.12.2014

Mai Kia Tôi Là Hạt Bụi

hạt bụi nào hóa kiếp thân tôi
để một mai tôi về làm cát bụi
(TRỊNH CÔNG SƠN)

năm tôi vừa mười một tuổi
quê tôi bom đạn tơi bời
bóng ma chiến tranh quay lại
hãi hùng ôi tuổi thơ tôi!

lớn lên dưới trời khói lửa
mẹ thương, lo từng bữa ăn
cha thương, lo từng giấc ngủ
chị thương, an ủi dỗ dành

rồi đến ngày tôi giã biệt
đường đời vạn nẻo tôi đi
đường đời trăm may nghìn rủi
vẫn mong có một ngày về

nhớ ngày tôi đi biển khóc
bóng cha tôi ở cuối đường
và cánh đồng trơ gốc rạ
đất còn thơm mãi mùi hương

nhớ ngày tôi đi mẹ khóc
ruộng vườn bỏ lại sau lưng
mây mù che ngang đèo Cả
đường xa mưa gió mịt mùng

tôi đi và tôi đi mãi
dừng chân ở lại cao nguyên
tưởng đâu đất lành chim đậu
nào ngờ đời vẫn chưa yên

tôi đi và tôi đi mãi
quê nhà bỏ lại sau lưng
quê người gian nan vất vả
đường xa mây khói mịt mùng

tôi đi và tôi đi mãi
tôi đi tìm một mái nhà
rồi một ngày kia dừng lại
bên rừng Scibilia

những chiều mùa thu lá rụng
những ngày lạnh buổi đầu đông
nhìn mây bay về cố xứ
nhớ quê hương đến thắt lòng

bây giờ còn mong chi nữa
tôi đi ở cuối con đường
mai kia tôi là hạt bụi
bay về phía Thái Bình Dương

Virginia, tháng 11.2014

Đóa Hoa Hồng Trong Tuyết

thức dậy lúc ba giờ sáng
ngoài trời tuyết phủ mênh mông
tuyết ngập hồn người xa xứ
tuyết mù mịt cả miền đông

cùng em ra sân cào tuyết
gió đêm lạnh đến tê người
tuyết nhiều cào xong thấm mệt
và đôi chân bước rã rời

cùng em ra sân cào tuyết
biết là vất vả mà vui
chia nhau một đêm băng giá
ở vùng Bắc Mỹ xa xôi

cùng em ra sân cào tuyết
biết là vất vả mà vui
và cứ hồn nhiên em nhé
cùng tôi đi giữa cuộc đời

thức dậy lúc ba giờ sáng
ngoài trời tuyết trắng như bông
tôi yêu những bông tuyết trắng
và yêu em – đóa hoa hồng

Virginia, 17.2.2015

Cũng May Còn Có Nơi Này

rồi em và tôi đi xa
mang theo hình bóng quê nhà thân thương
bây giờ đời đã muộn màng
nửa vòng trái đất lang thang quê người
xa quê hương em và tôi
đã chia nhau những ngọt bùi đắng cay
cũng may còn có nơi này
có mây có khói có cây cỏ và...
có rừng Scibilia
để tôi còn nhớ chút Đà Lạt xưa
để còn mơ một ngày về
đi về phía Ngã Ba Chùa cùng em
đi tìm lại chút êm đềm
đoạn serenade và đêm thơ tình
nụ cười em lúc bình minh
bàn tay rất ấm hôm mình quen nhau
và căn nhà thuở ban đầu
bức tranh và những gam màu tôi yêu
đi tìm lại những buổi chiều
qua cây cầu nhỏ tôi theo em về
đi tìm lại những đam mê
những hò hẹn những đợi chờ ngất ngây
cũng may còn có nơi này
để tôi còn có những ngày bên em

Virginia, tháng 3.2015

Cha Tôi

và bài thơ tôi viết đêm nay
là bài thơ sau bốn mươi năm
kể từ hôm vượt đèo Ngoạn Mục xuống Sông Pha
chạy ra Tuy Hòa
trở vô Sài Gòn
và nhận tin cha tôi đã chết
ông qua đời khi chiến tranh kết thúc
để lại trần gian nỗi nhớ khôn nguôi
để lại đàn con trên quê hương tan tác
để lại trong tôi vết thương mang theo suốt cuộc đời

bốn mươi năm rồi con vẫn nhớ, cha ơi!
ngày mùa đông cha mặc áo tơi ra ruộng
ngày nắng lửa cha gò mình đạp lúa
những sớm tinh mơ cùng đàn bò lầm lũi
đi về phía bờ mương

rồi mùa thu cha đưa con đến trường
con thương ngọn gió nồm
mát rượi tuổi thơ những ngày đầu đi học
đi ngang qua Duồng Buồng bọn nhỏ trong thôn vẫn thường trêu chọc:
chiều chiều ngọn gió thổi lên
học trò Thầy Bốn chẳng nên đứa nào
thương cha một đời lận đận lao đao
cầm lấy chiếc cày để tay con được cầm cuốn sách
thương chiếc áo cha một đời thơm mùi đất
thương đất quê mình thơm mãi mùi hương

rồi mùa thu cha đưa con đến trường
con thương những con đường
cha đã dẫn con đi về phía trước
con vẫn còn đi sao cha đành dừng bước
bốn mươi năm trời con thương nhớ, cha ơi!

Virginia, tháng 3.2015

Mùa Thu Đức Trọng

đọc lại một bài thơ cũ
nhớ thời tôi mới quen em
lần đầu em về Đức Trọng
mùa thu lá rụng bên thềm

em ơi mùa thu năm ấy
là mùa thu của riêng mình
bàn chân em vừa dừng lại
bên dòng Đa Nhim lung linh

em ơi mùa thu năm ấy
là mùa thu của hẹn hò
của ngày bên nhau quấn quít
của đêm về mộng và mơ

em ơi mùa thu năm ấy
là mùa thu của muôn đời
bàn chân nhẹ nhàng bước tới
đi bên cạnh cuộc đời tôi

rồi từ mùa thu năm ấy
thương em cho đến bây giờ
hơn bốn mươi năm rồi đó
mùa thu Đức Trọng, ngày xưa...

Virginia, 25.10.2015

Tôi Đi Dưới Trời Đông Bắc

Nhớ 42 Võ Tánh, Đà Lạt

bây giờ mùa đông trở lại
rừng xơ xác ngọn điêu tàn
bầy chim bay xa trốn tuyết
trong sương mù tôi lang thang

ôm đàn qua thung lũng Fox
so dây ghi lại đời mình
một thời chiến tranh - tuổi trẻ
một thời Đà Lạt và em

ôm đàn đứng bên vách núi
so dây chơi một đoạn buồn (*)
đoạn cho một thời xa xứ
đoạn thương và nhớ quê hương

bây giờ mùa đông trở lại
rừng xao xác gió sang mùa
tôi đi dưới trời Đông Bắc
thương và nhớ quá ngày xưa

Virginia, 14.12.2015

(*) Trong bài hát MỘNG VỀ của Hà Thúc Sinh

Trần Hoài Thư Xuống Núi

còi tàu hụ nhớ giang hồ
lên ga khuya lạnh gió mờ mịt xa
(ĐINH CƯỜNG)

rồi chàng xuống núi xuôi Nam
từ cơn khổ nạn ba năm quay về
ngày về râu tóc bạc phơ
người muôn năm cũ bây giờ ở đâu (*)
ngày về ngang qua bãi dâu
chợt thương ngọn sóng bạc đầu năm xưa
cụng ly để nhớ giang hồ
cạn ly để biết đời chưa muộn màng
ngày về phương Nam lang thang
đọc bài thơ cũ rền vang núi rừng
Scibilia, đêm cuối cùng
là đêm bằng hữu cùng chung nỗi buồn
Virginia, đêm mùa đông
chàng về kịp viết mấy dòng chia tay

Virginia, 13.1.2016

Ngày Trần Hoài Thư về Virginia tiễn đưa anh Đinh Cường đến nơi an nghỉ cuối cùng

(*) Thơ Vũ Đình Liên

Bài Cho Orlando

giờ tới phiên Orlando (*)
xác vung vãi, những nấm mồ mọc lên
những oan hồn bay trong đêm
hận thù chi mà triền miên hở trời!
máu người vô tội đổ rồi
ra đi không kịp nói lời chia tay
lang thang ở góc rừng này
tôi nghe lạnh buốt một ngày đau thương

Virginia, 2016

(*) Tấn công khủng bố tại một night club ở Orlando, Florida hôm 12.6.2016 làm 49 người chết và 53 người bị thương.

DẪU THẾ NÀO CON CŨNG TRỞ LẠI MIỀN TRUNG

dẫu thế nào
con cũng trở lại miền Trung
nơi mẹ đã ôm con bằng vòng tay bao la của biển
nơi giấc ngủ con được ru bằng tiếng sóng
nơi những ngọn phi lao nô đùa cùng tuổi thơ con

mẹ ơi!
con muốn tìm lại mảnh trăng tròn
treo lơ lửng đêm rằm nơi cửa biển
con muốn nhìn nước của đại dương và bầu trời xanh biếc
cánh chim hải âu và ngọn hải đăng
con yêu miền Trung yêu biển quê mình
yêu những con còng hiền lành
và những ngư dân chất phác
yêu những đôi tình nhân
để lại dấu giày trên cát
đêm và những chiếc thuyền câu lấp lóe ngoài khơi

mẹ ơi!
xa quê hương con ngồi ở một góc trời
con nhớ biển nhớ vòng tay của mẹ
miền Trung năm nào cũng phải chịu những cơn bão dữ
năm nào cũng ngâm mình trong lũ lụt kinh hoàng
và bây giờ biển khóc dân lầm than
nhìn cá chết trắng bờ thương miền Trung quá đỗi
biển bình yên cả triệu năm
nay bỗng thành nạn nhân của những mưu đồ đen tối
nạn nhân của bọn người không có trái tim
dẫu thế nào
con cũng trở lại miền Trung
nơi mẹ đã ôm con bằng vòng tay bao la của biển
mỗi người một tay cùng nhau cứu biển
biển sắp chết rồi không lẽ cứ ngồi yên?

Virginia 26.5.2016

Tôi Về Bellingham Chiều Nay

nhớ anh Trương Quang Mỹ (1952-2017)

và anh đi thật nhẹ nhàng
như mây trên đỉnh Langbiang ngày nào
như là một giấc chiêm bao
niềm vui để lại nỗi sầu mang theo
như là ngọn gió lưng đèo
rất phiêu lãng rất đìu hiu rất buồn
sáu lăm năm một đoạn đường
anh đi và đến nhưng không kịp về
mịt mù đất cũ trời xưa
bây giờ thân xác bơ vơ xứ người
anh đi rồi đi thật rồi
rất bình an không một lời chia tay
tôi về Bellingham chiều nay
mắt anh khép lại, bàn tay hững hờ
sáu mươi lăm năm, ô hô!
đời tha phương một nấm mồ mọc lên

Bellingham (WA), 24.1.2017

Ở New Jersey, Gặp Lại Phạm Văn Nhàn

sau chiến tranh chúng ta là những người sống sót
còn gặp lại nhau là đủ vui rồi
đêm ở New Jersey
nhắc với nhau về những ngày tháng xa xôi
về người bạn đề thơ trên vách tường năm ấy (1)
về người bạn lên Pleime rồi chẳng bao giờ trở lại (2)
về người bạn mấy lần bị thương ở Bình Định Qui Nhơn (3)
về cà phê quán sớm bên đường
về căn nhà cửa không bao giờ khóa
từ chiến trường
bạn trở về nơi đó
lặng lẽ ngồi nơi chiếc bàn bên cửa sổ
viết truyện thời chiến tranh
viết thật nhanh - mai còn đi hành quân
viết cho kịp - biết đâu không còn gặp lại bạn bè Khu Sáu
và bạn tôi như thuyền không bến đậu
ngày ở cao nguyên đêm xuống đồng bằng
ôi một thời đi giữa chiến tranh
sống và chết chỉ cách nhau trong tích tắc
sau chiến tranh chúng ta là những người sống sót
còn gặp lại nhau là đủ vui rồi
cụng ly nào, mai mình lại chia tay

New Jersey, 7.5.2017

(1) Lê Văn Trung: Tình không không cửa không nhà. Lòng như mây trắng bay qua biển chiều...

(2) Nguyễn Phương Loan, tử trận ở Pleime năm 1969

(3) Trần Hoài Thư

Chiều Đi Ngang
Qua Thung Lũng Fox

một hôm mây trắng tôi về
qua thung lũng Fox lòng nghe ngậm ngùi
nhớ Đà Lạt quá, em ơi!
và mây trắng với những đồi thông xưa
chờ nhau, mấy giọt cà phê
nhìn nhau, một nụ hôn vừa trao nhau
bây giờ, bốn mươi năm sau
tôi về, mây trắng trên đầu bay ngang
vẫn cùng em đi lang thang
vẫn yêu em đến vô vàn, biết không?
vẫn yêu Đà Lạt vô cùng

Virginia, 7.6.2017

Thơ Tặng Người Thi Sĩ Ở Garland

gửi anh Nguyễn Xuân Thiệp

nâng ly nào, mừng ngày chàng trở lại
mừng người thi sĩ đến từ Garland vẫn hồn nhiên vẫn
vô tư như thời Hoa Hồng (1)
tặng cho chàng một đóa Phù Dung
và nghe chàng đọc thơ
tôi khóc, những đôi giày bên bờ sông Danube (2)
nâng ly nào, hỡi người thi sĩ cô đơn đến từ Texas
buổi chiều sơn dầu ở Studio Trương Vũ đầy tranh
buổi chiều miền Đông với những đồng cỏ xanh
chàng nói về thơ
về những bài tản mạn bên tách cà phê (3)
về phố văn (4)
và những tháng năm tràn đầy kỷ niệm

nâng ly nào, hỡi người thi sĩ hào hoa của một thời Đà Lạt
buổi chiều trở về từ ký ức chiến tranh
nhắc với nhau những kỷ niệm chưa quên
thương bạn bè người còn kẻ mất
và không quên một ly cho người họa sĩ ở đường Natick (5)
hoàng hôn xuống dần trong nỗi nhớ mênh mang

Virginia, 3.7.2017

(1) Đường Rose ở Đà Lạt, nơi Nguyễn Xuân Thiệp có nhiều kỷ niệm.
(2) Tựa đề một bài thơ của Nguyễn Xuân Thiệp
(3) Loạt bài tản mạn nổi tiếng của Nguyễn Xuân Thiệp ở hải ngoại.
(4) Tạp chí PHỐ VĂN do Nguyễn Xuân Thiệp chủ biên (2000-2008).
(5) Đinh Cường (1939-2016)

Xin Cho Tôi Được Làm Người Việt Nam

mấy anh ngỗng Bắc Mỹ bay rất nhanh rất xa
nhưng khi đi bộ thì cứ tà tà

cách đây sáu ngày
bọn theo chủ nghĩa dân tộc da trắng lái xe đâm chết
người ở Charlottesville, miền Đông nước Mỹ
(Charlottesville cách chỗ tôi đang ở khoảng hai tiếng lái xe)
và mới hôm qua
bọn Hồi Giáo cực đoan lái xe đâm chết người ở Barce-
lona, Tây Ban Nha
nhưng với đàn ngỗng này thì bất cứ người lái xe nào
dù là da trắng
dù là da đen
dù là da đỏ
dù là da vàng
dù là Hồi Giáo
dù là Thiên Chúa Giáo
không ai lái xe đâm vào chúng
ai cũng chờ chúng qua đường rồi mới tiếp tục lái xe đi

Ảnh chụp ở đường Hollinger (Fairfax, VA)
Photo by Phạm Cao Hoàng - 6:30 am, 18.8.2017

vào năm 2001, ở Seattle
một chàng ngỗng Bắc Mỹ còn nhỏ chưa biết bay
đi lạc vào trong xóm và người dân bắt được
ông Thị Trưởng thành phố Seattle tổ chức một buổi lễ rình rang
chỉ để làm một việc duy nhất:
trả tự do cho chàng bằng cách mang chàng thả xuống hồ Washington
buổi lễ trả tự do cho anh chàng ngỗng Bắc Mỹ
mang tính biểu tượng nhằm truyền đi thông điệp của ông Thị Trưởng:
hãy tôn trọng và bảo vệ sự sống của loài ngỗng này

xem ra, trong nhiều trường hợp
làm ngỗng Bắc Mỹ coi bộ tự do hơn, an toàn hơn là làm người
nếu quả thật có kiếp sau
thì kiếp sau xin cho tôi làm ngỗng Bắc Mỹ
vì nếu là ngỗng Bắc Mỹ
sẽ không ai kỳ thị tôi
không ai thù ghét tôi
không ai lái xe đâm vào tôi
không ai ăn thịt tôi

nhưng bạn ơi
nếu làm ngỗng Bắc Mỹ
tôi sẽ có một nỗi buồn mà tôi không vượt qua nổi:
tôi có đôi cánh để có thể bay đi khắp nơi
nhưng tôi sẽ không bao giờ còn cơ hội bay về quê hương tôi
vì nếu tôi bay về đó
chắc chắn tôi sẽ biến thành đĩa tiết canh và đĩa mồi
cho mấy anh bợm nhậu
mà tôi thì vẫn muốn trở về quê hương của mình
nên thôi, tôi vẫn xin tiếp tục làm người
làm một người Việt Nam
Việt Nam
mãi mãi

Virginia, 18.8.2017

Bốn Mươi Hai Năm, Chưa Quên

vậy là bốn mươi hai năm
từ khi giã biệt dòng sông quê nhà
từ khi từ biệt Tuy Hòa
tôi lên Đà Lạt rồi qua Hoa Kỳ
đi thì vẫn cứ phải đi
trở về thì vẫn đôi khi phải về
dẫu gì đất cũng là quê
là hương của những ngày xưa êm đềm
dẫu gì máu cũng về tim
vườn xưa vẫn nhớ tiếng chim thiếu thời
và tôi nhớ tuổi thơ tôi
chiều thu nhớ nắng đêm ngồi nhớ trăng
mùa đông nhớ một chỗ nằm
về đây lại nhớ những năm tháng buồn
bốn mươi hai năm, chưa quên!

Tuy Hòa, 28.9.2017

Tôi Đang Vẽ Tâm Hồn Của Bạn

tặng anh Trương Vũ

khi tôi ngồi trước giá vẽ
bắt đầu những nét chấm phá phác thảo chân dung bạn
đôi mắt của bạn có thể mơ màng hay đầy nghị lực
khuôn mặt của bạn có thể ưu tư hay hồn nhiên
vai của bạn có thể thẳng hay nghiêng
sao cũng được
miễn là bạn phải là bạn

tôi là họa sĩ tự nguyện chọn những nhân vật mà mình
muốn vẽ
khuôn mặt mỗi người có thể khác nhau
nhưng những nhân vật tôi chọn đều có một điểm giống nhau:
các bạn là người có một tâm hồn đẹp
tôi tin điều đó
và khi vẽ chân dung bạn
có nghĩa là tôi vẽ tâm hồn của bạn
tôi vẽ tấm lòng nhân hậu của bạn
và cuối cùng nếu chúng ta có được bức chân dung đẹp
thì chính bạn là người góp một phần rất lớn trong việc
sáng tạo ra tác phẩm đó

khi tôi ngồi trước giá vẽ
bắt đầu những vệt sơn dầu vẽ chân dung bạn
bạn ngồi đó nhiều tiếng đồng hồ
trên chiếc ghế dành cho người mẫu
có lúc bạn sẽ rất mệt mỏi và ngủ gục
thì cứ ngủ, không sao đâu
vì tôi đang vẽ tâm hồn của bạn mà
một tâm hồn luôn luôn tỉnh thức
và lúc này đây
bạn hãy nghĩ về những người mà bạn yêu thương nhất
đất nước của bạn
gia đình của bạn
bạn bè của bạn
những ân nhân trong cuộc đời bạn
để khuôn mặt của bạn trên bức chân dung
sẽ là một khuôn mặt tràn đầy yêu thương và thánh thiện

Virginia, 12.10.2017

Chân dung Phạm Cao Hoàng – Tranh Trương Vũ 2020

BÒ VÀ NGƯỜI

không rõ kiếp trước chúng tôi là gì
không biết kiếp trước các bạn là gì
nhưng kiếp này các bạn may mắn hơn chúng tôi
vì các bạn là người
còn chúng tôi là bò

các bạn nhốt chúng tôi trong chuồng
xỏ mũi chúng tôi
buộc chúng tôi phải tuân phục
quất vào lưng chúng tôi
những lằn roi rướm máu
bắt chúng tôi kéo xe kéo cày
mệt lả
vắt sữa chúng tôi
cạn kiệt
lấy da chúng tôi làm giày để đi
làm trống để gõ
xẻ thịt chúng tôi
để ăn

đêm, chúng tôi nằm trong chuồng
nhìn những lằn roi rướm máu trên lưng mình
mà ứa nước mắt
đêm, chúng tôi nằm trong chuồng
mơ cùng nhau giấc mơ tự do
mơ về những đám mây trắng, những đồng cỏ xanh,
những thảo nguyên bát ngát
mơ để mà mơ
ôi, những giấc mơ chưa bao giờ trở thành hiện thực

cứ như vậy chúng tôi sống trong sự quản lý của các bạn
sống hiền lành chơn chất và chịu đựng sự tàn bạo của các bạn
sống thật thà ngay thẳng dù biết các bạn là
những kẻ gian lận dối trá tham lam

chúng tôi chỉ đem lợi ích đến cho các bạn
hoàn toàn không phiền hà gì các bạn
không tin, các bạn cứ mở cửa chuồng
thả chúng tôi ra
chúng tôi sẽ an nhiên tự tại ra đi mà
không đòi hỏi gì ở các bạn
chúng tôi trở về với thiên nhiên
chúng tôi trở về với bao la trời đất
chúng tôi trở về với thế giới của chúng tôi

chúng tôi, những con bò Việt Nam
chỉ đem lợi ích đến cho các bạn
thế nhưng các bạn không biết ơn chúng tôi
trước khi giết chúng tôi để xẻ thịt
các bạn hành hạ tra tấn chúng tôi bằng cách bơm nước
vào cơ thể chúng tôi cho đến khi nào chúng tôi vật vã
các bạn lấy búa đập mạnh vào đầu chúng tôi
thực hiện bản án tử hình cho kẻ đã từng giúp các bạn

chúng tôi đem lợi ích đến cho các bạn
nhưng mỗi khi tức ai các bạn lại chửi: *ngu như bò*
các bạn đọc những dòng dưới đây rồi sẽ biết
bò có ngu không
sau khi bị giết, chúng tôi trở thành xác chết
các bạn ăn thịt chúng tôi có nghĩa là các bạn ăn xác chết
chúng tôi, những kẻ chay tịnh chỉ biết ăn cỏ ăn rơm ăn rạ
các bạn, những kẻ ăn xác chết
ai mới đáng gọi là ngu?

Virginia, 23.7.201

Sau Ba Mươi Lăm Năm Chưa Một Lần Trở Lại Quê Nhà

Gửi Tân và Lily

Bệnh viện Centre Hospitalier
phòng 1004
anh tôi nằm trên giường bệnh, hơi thở mệt nhọc
người con trai duy nhất của anh ngồi bên cạnh, buồn bã
(mẹ mất sớm, hai cha con lưu lạc sang đất Pháp, nương tựa vào nhau)
tôi ngồi trong góc phòng, tim đau nhói
có tiếng gõ cửa phòng
một bác sĩ với khuôn mặt hiền từ và mái tóc bồng bềnh nghệ sĩ bước vào
ông thăm mạch bệnh nhân rồi nhẹ nhàng nói với cháu tôi:
- Cha của anh sẽ ra đi trong một thời gian không xa, anh nên sắp xếp ở lại trong bệnh viện đêm nay để chia tay ông ấy.

Lại có tiếng gõ cửa
một bác sĩ khác bước vào
bà là bác sĩ tâm lý, đến để chuẩn bị tâm lý cho cháu tôi
khi phải vĩnh biệt người cha yêu dấu
vĩnh biệt người cha đã trọn một đời hy sinh cho con
5 phút ...
10 phút ...
thời gian cứ lạnh lùng trôi đi
đột nhiên cháu tôi ôm chặt lấy anh tôi
- Ba cháu đi rồi, chú ơi!
tôi nhìn đồng hồ
5 giờ 20 phút chiều ngày 12 tháng 9 năm 2019
anh tôi vừa trút hơi thở cuối cùng
sau 35 năm ra đi chưa một lần trở lại quê nhà
cũng như nhiều người đồng hương khác
anh sinh ở Việt Nam và mất ở quê người.

Bệnh viện Centre Hospitalier
phòng 1004
dưới ánh đèn lờ mờ có ba người đàn ông
một người nằm bất động trên chiếc giường định mệnh
một người ngồi khóc, ngất lên xỉu xuống
tôi đỡ vai cháu tôi
và làm chỗ dựa cho cháu trong giờ phút đau buồn này
rồi thì im lặng
im lặng
nhiều tiếng đồng hồ trôi qua
- Ba cháu có dặn cháu sẽ mai táng hay hỏa táng ông ấy không?
- Không, thưa chú, nhưng chú ơi, bao nhiêu năm qua cha con có nhau, giờ ba đi rồi, con sẽ xây cho ba một ngôi mộ, con cần một nơi để còn thăm viếng...
tôi nghe giọng cháu tôi thì thầm trong đêm
- Con cần một nơi để còn thăm viếng... Con cần một nơi để còn thăm viếng...

Ngày 18 tháng 9 năm 2019
anh tôi yên nghỉ ở nghĩa trang Athis-Mons, ngoại ô Paris
đúng với ước nguyện của cháu tôi: *con cần một nơi để còn thăm viếng*
và anh tôi sinh ở Việt Nam, qua đời trên đất Pháp
sau 35 năm ra đi chưa một lần trở lại quê nhà.

Paris, tháng 9.2019

Woodbridge, Buổi Chiều Và Những Nụ Cười

Gửi Lê Hân và Châu

Vẫn là không gian quen thuộc:
Studio Trương Vũ ở Woodbridge
khi mùa Lễ Tạ Ơn trở về bên những chiếc lá vàng
khi mùa thu Bắc Mỹ đã đi qua một nửa đoạn đường
khi nhiệt độ ở miền đông đã xuống gần zero độ C.
những nụ cười và những cái bắt tay mừng các bạn từ San Jose đến.
- Lạnh không Lê Hân?
- Không lạnh lắm đâu, mình đã từng ở Canada nhiều năm mà.
- Lạnh không Châu?
- Không lạnh lắm đâu, trước khi về San Jose mình là dân Michigan mà.

Vẫn là những cốc rượu vang được cất giữ nhiều năm của người chủ nhà hiếu khách
nâng ly nào
chúc mừng các bạn được hít thở không khí tự do sáng tạo.
- Này Lê Hân, bạn làm công việc xuất bản sách được bao nhiêu năm rồi?
- Trên dưới hai mươi năm.
- Ở hải ngoại in sách đồng nghĩa với thua lỗ. Sao bạn lại chọn con đường này?
- Vì đam mê, vì những người yêu sách và vì niềm vui của các tác giả có sách được in.
- Lâu nay bạn có về Việt Nam không?
- Có chứ. Về thăm quê hương, gia đình, bạn bè và đi tìm những cuốn sách xưa quí hiếm.

Buổi chiều, ở Woodbridge, những khuôn mặt thân quen
những câu chuyện văn chương
những câu chuyện về đời sống
nghe hai người bạn đến từ San Jose nói giọng Quảng Nam đặc sệt
chơn chất và hiền hòa
hồn nhiên và cởi mở.
- Này Lê Hân, ai là người giúp bạn nhiều nhất trong việc in sách?
- Đó là Châu.
- Châu ơi, bạn là gì của Lê Hân?
- Ngày xưa Châu là học trò của Lê Hân.
- Còn bây giờ?
- Bây giờ là vợ của hắn.

Woodbridge, buổi chiều,
những người bạn và những tiếng cười rộn rã
mùa Lễ Tạ Ơn đang đến gần.

Virginia, 8.11.2019

Từ trái: Phạm Cao Hoàng – Châu – Trương Vũ – Chị An
Nguyễn Thị Thanh Bình – Lê Hân (Virginia, 8.11.2019)

Bốn Năm Sau Ngày Anh Đinh Cường Ra Đi

bốn năm sau ngày anh Đinh Cường ra đi
Chân Phương cũng ra đi
Trần Doãn Nho dọn về Texas
Nguyễn Trọng Khôi và Mai Phúc cũng sẽ dọn về nơi đó
chỉ còn Nguyễn Ngọc Phong ở lại Boston với Tôn Nữ Phú
chỉ còn Nguyễn Ngọc Yến ở lại New Jersey với Trần Hoài Thư
không còn nữa những chuyến xe xuôi Nam với những cuốn sách, những bức tranh sơn dầu và cây đàn guitar
không còn nữa những đêm ngồi bên nhau hát khúc nhạc buồn thương nhớ quê hương xa vời vợi

bốn năm sau ngày anh Đinh Cường ra đi
những buổi gặp gỡ ở miền Đông thưa thớt dần
tôi trở lại Sài Gòn Quán
Sài Gòn Quán đóng cửa
tôi tạt vào Saxbys Coffee
Saxbys Coffee đóng cửa
tôi tìm đến Le Bledo
Le Bledo đóng cửa
tôi trở lại Tong Thái
Tong Thái đóng cửa
tôi ghé qua Phở Xe Lửa
Phở Xe Lửa của ông Toàn Bò đóng cửa
tôi đến thăm Gallery Lạc Việt
Gallery Lạc Việt cũng đóng cửa
đóng cửa đóng cửa đóng cửa
những nơi chúng tôi thường lui tới bây giờ đóng cửa hết rồi
còn chăng là nỗi ngậm ngùi và luyến tiếc những ngày tháng êm đềm giờ chỉ còn trong hoài niệm

bốn năm sau ngày anh Đinh Cường ra đi
miền Đông xơ xác trong cơn đại dịch
muốn đến Studio Trương Vũ xem những bức tranh mới vẽ nhưng không thể
muốn nâng ly cùng các anh Nguyễn Mạnh Hùng, Nguyễn Tường Giang, Phạm Nhuận, Đặng Đình Khiết, Phạm Thành Châu... nhưng không thể
muốn cụng ly cùng các bạn Nguyễn Minh Nữu, Nguyễn Quang, Nguyễn Thị Thanh Bình, Trần Anh Chương, Đinh Trường Chinh... nhưng không thể
các bạn tôi, nhà nào cũng đóng cửa
stay-at-home, stay-at-home, stay-at-home

bốn năm sau ngày anh Đinh Cường ra đi
miền Đông bây giờ tiêu điều trong cơn đại dịch
hàng quán im lìm phố xá hoang vu
muốn ghé Starbucks ngồi nhâm nhi một ly cà phê nhưng không thể
drive-thru only
không còn nghe tiếng nhạc xập xình phát ra từ sân nhà người hàng xóm Mễ Tây Cơ mỗi chiều thứ Bảy
không còn thấy nụ cười hiền hòa của người miền Đông vì những chiếc khẩu trang che mất
chỉ còn những ánh mắt nhìn nhau ngơ ngác
thầm hỏi nhau: *miền đông rồi sẽ ra sao?*
thầm hỏi nhau: *chúng ta rồi sẽ ra sao?*

Virginia, 12.5.2020

Ước Mơ Của Myla

Ước mơ của Myla thật đơn giản:
chỉ mong sao đủ tuổi để đi học
để được mang ba-lô cùng chị Hazel đến trường.

Mùa hè vừa rồi mẹ mua cho Myla một chiếc ba-lô
chuẩn bị đến tháng 9 này sẽ vào mẫu giáo
Myla thích lắm
đêm, Myla ôm chiếc ba-lô nằm ngủ
ngày, Myla mang ba-lô chạy tung tăng trong nhà
đếm từng ngày chờ buổi tựu trường
rồi tháng 9 cũng đến
rồi ngày tựu trường cũng đến
nhưng cơn đại dịch vẫn còn đó
những con virus vẫn nằm ì ra đó
những con virus như những con quái vật vô hình
chẳng thấy nó ở đâu
nhưng ở đâu cũng thấy nó
con đường làng dẫn đến trường Lees Corner mọi năm
rộn rã tiếng cười [1]
bây giờ vắng hoe, im ắng
những chiếc school bus màu vàng nằm bất động không
đưa đón học sinh
vì trường học không mở cửa
học trò học ở nhà qua hệ thống eLearning
Myla mang ba-lô ngồi trước laptop
nghe cô giáo giảng bài
nghe cô giáo hướng dẫn các trò chơi
vẫy tay chào các bạn qua chiếc màn hình nhỏ
năm học đầu tiên của Myla ở trường Lees Corner là như
vậy đó

mai sau Myla chắc sẽ ngỡ ngàng
khi có ai đọc cho nghe đoạn văn này trong bài *"Tôi Đi Học"*
của Thanh Tịnh:
"... Buổi sáng mai hôm ấy, một buổi mai đầy sương thu và gió lạnh. Mẹ tôi âu yếm nắm tay tôi dẫn đi trên con đường làng dài và hẹp. Con đường này tôi đã quen đi lại lắm lần, nhưng lần này tự nhiên tôi thấy lạ. Cảnh vật chung quanh tôi đều thay đổi, vì chính lòng tôi đang có sự thay đổi lớn: Hôm nay tôi đi học..."

Tháng 9, tháng 10, rồi tháng 11
ba tháng đã trôi qua
những con quái vật vô hình vẫn còn đó
trường học vẫn tiếp tục đóng cửa
Myla vẫn tiếp tục đợi chờ...
hôm trước, Myla theo chị và mẹ ghé nhà
khuôn mặt rạng rỡ, ba-lô trên lưng
- Hôm nay hai chị em đi đâu vậy?
- Dạ, đi đến trường nhận thức ăn free của nhà trường [(2)]
- Ai là người được nhận thức ăn free?
- Ai cũng được cả, mình cần cứ đến nhận
- Đi nhận thức ăn chứ đâu phải đi học mà mang ba-lô?
Myla cười hồn nhiên:
- Thì cứ tưởng tượng là mình đang đi học để được mang ba-lô cùng chị Hazel đến trường.

Virginia, 30.11.2020

(1) Trường tiểu học Lees Corner ở thành phố Fairfax, Virginia. Trường thu nhận học sinh mẫu giáo 5 tuổi và các lớp 1, 2, 3, 4, 5, 6.

(2) Do dịch Covid-19, công chức phải làm việc ở nhà qua hệ thống telework, học trò phải học ở nhà qua hệ thống eLearning. Hàng ngày, các trường học có thức ăn miễn phí dành cho học sinh nhằm giúp phụ huynh và học sinh tiết kiệm thì giờ, tập trung vào việc làm và việc học hành.

Quà Sinh Nhật Cho Em

ra vườn trong sương sớm
hái mấy đóa hồng nhung
tặng em, mừng sinh nhật
chim hót vang khu vườn

bao nhiêu năm chung sống
có lúc gạo không còn
có khi rau cũng hết
cửa nhà thì trống trơn

vẫn đi về phía trước
gian khổ cùng chia nhau
hạnh phúc là có thật
từ tình yêu nhiệm mầu

bao nhiêu năm chung sống
em là cô vợ hiền
em là người bạn tốt
em là một bà tiên

em đã cho tôi hiểu
đời chỉ sống một lần
giữ tấm lòng chung thủy
cho người mình yêu thương

ra vườn trong sương sớm
buổi sáng thật êm đềm
một nụ hôn, em nhé
chúc mừng sinh nhật em

Virginia, 7 tháng 6.2021

Rồi Một Hôm
Chim Bay Về Núi Cũ

rồi một hôm chim bay về núi cũ
đậu trên triền vách đá cheo leo
nhìn xuống dưới: một trần gian khốn khổ
chìm trong cơn đại dịch tiêu điều

nhìn xuống dưới: những con đường vắng ngắt
những căn nhà cửa đóng then cài
những tiếng thở dài trong đêm bão rớt
những phận người không biết được ngày mai

và đâu đó có tiếng ai than khóc
những cuộc chia tay không kịp giã từ
những nấm mồ mọc lên vội vã
những phận người như lá mùa thu

rồi một hôm chim bay về núi cũ
đậu trên triền vách đá cheo leo
nhìn xuống dưới thì thầm cầu nguyện
từ nơi xa vọng lại tiếng chuông chiều

Virginia, tháng 9.2021

Chàng Đi Hai Mươi Bốn Năm

tặng anh Thành Tôn

khi chàng xuống tới chân đồi
gió thì thầm nhẹ như lời quê hương
bước đi cùng nỗi cô đơn
những trang sách cũ chập chờn bay qua
ngước nhìn về phía quê nhà
hình cha bóng mẹ đã xa muôn trùng

chàng đi tìm một dòng sông
sông bây giờ đã cạn nguồn từ lâu
chàng đi tìm một con tàu
và sân ga đượm nỗi sầu Quảng Nam

chàng đi hai mươi bốn năm
những trang sách cũ theo chân chàng về
đọc bài thơ viết năm xưa
nỗi buồn còn đó như vừa hôm qua
đọc bài thơ lúc chiều tà
nỗi buồn còn đó rất xa mà gần
chàng đi hai mươi bốn năm

Virginia, 24.10.2021

Phác Thảo Một Chiều Thu

gửi HS Khánh Trường

những mảng màu tối sáng
như màu của thời gian
dăm đám mây phiêu lãng
bay về phía đại ngàn
chàng đứng bên giá vẽ
lặng lẽ trong hoàng hôn
dưới chân người họa sĩ
mùa thu ngập lá vàng

Virginia, 9.2022

Bài Giã Từ Năm Cũ

1.
thức cùng em đêm Giao Thừa
giã từ năm cũ cũng vừa đi qua
một năm bầm dập đời ta
lên bờ xuống ruộng quá là gian nan
một năm vẫn thở không than
vẫn yêu tha thiết tiếng đàn Schubert (*)
vẫn thơ thẩn vẫn bạn bè
rượu dăm ba chén, say, hề văn chương
vẫn cùng em trên con đường
đi tìm lại những giọt sương năm nào
thức cùng em đêm chiêm bao
giã từ năm cũ xin chào tân niên
em thêm một tuổi thần tiên
chúc mừng em, người vợ hiền của anh

Virginia, tháng 1.2022

2.
thức cùng em đêm Giao Thừa
giã từ năm cũ cũng vừa đi qua
thắp cây nhang lạy ông bà
giữa đêm trừ tịch bao la xứ người
thức cùng em đêm ba mươi
canh nồi bánh tét bên trời tha phương
nhắc cùng nhau một đoạn đường
năm mươi cái Tết anh thương em nhiều
thức cùng em đêm đìu hiu
nhớ vô cùng nhớ những chiều cuối năm
bữa cơm ấm áp quây quần
dịu dàng tiếng mẹ ân cần giọng cha
bây giờ xa mịt mù xa...
bây giờ xa mịt mù xa...

Virginia, tháng 1.2023

Một Tách Cà Phê Cũng Ấm Lòng

tặng Hồ Đình Nghiêm

tôi về Đà Lạt đêm hôm ấy
trăng phủ mênh mông ngập núi đồi
sương phủ trên muôn ngàn lá cỏ
và nỗi buồn phủ kín hồn tôi

tôi đi về phía đường Minh Mạng
vào quán cà phê ở cuối đường
ngồi lại chỗ ngồi trong góc quán
âm thầm thương nhớ một mùi hương

tôi ngồi ở đó và im lặng
nghe tiếng Chopin khẽ thở dài
khúc Sonate của ngày xưa ấy
chảy dài như suối tóc trên vai

tôi ngồi ở đó và im lặng
nhìn bức tranh treo ở cuối phòng
biết rằng không gặp người năm cũ
một tách cà phê cũng ấm lòng

Virginia, 10.2023

Ngơ Ngác
Bên Dòng Sông Cửu Long

tặng anh Ngô Thế Vinh

rồi những người đi cũng trở về
ngậm ngùi ghé lại bến sông xưa
chuyến phà năm cũ không còn nữa
và bóng người xưa đã mịt mờ

chỉ còn những dấu chân năm tháng
của chin con rồng ở phía Nam
chỉ còn những cảnh đời lang bạt
ngơ ngác bên dòng song Cửu Long

chỉ còn tiếng thì thầm than thở
ngửa mặt nhìn lên phía thượng nguồn
bây giờ nước mặn sâu trong đất
đất nứt vườn khô thôn xóm buồn

rồi những người đi cũng trở về
chạnh lòng thương chin nhánh sông xưa
mây bay mây vẫn còn bay mãi
đời vẫn bơ phờ vẫn xác xơ

Virginia, 12.2023

Tạm Biệt
Một Căn Phòng

gửi anh Trương Vũ

căn phòng này
chiếc bàn này
nơi chúng ta đã từng ngồi
nâng ly
chúc mừng một bức tranh vừa hoàn tất
chúc mừng một cuốn sách vừa in xong
chào mừng một người bạn từ phương xa đến
có thể là từ Việt Nam
có thể là từ châu Âu
có thể là từ châu Úc
có thể là từ Canada
hay một nơi nào đó trong nước Mỹ này
ngồi bên nhau nhìn những chiếc lá vàng mùa thu Vienna
nhắc cùng nhau những kỷ niệm một thời
và nghe những ca khúc của chút-tình-đọng-lại

căn phòng này
không gian này
nơi có người họa sĩ
trầm ngâm ngồi trước giá vẽ
thả hồn vào nỗi đam mê
vẽ đôi mắt đẹp người thiếu nữ của đời mình
và nơi đây những bức chân dung đã ra đời
những khuôn mặt dịu dàng
những khuôn mặt phúc hậu
những khuôn mặt hiền hòa
thơm mùi sơn dầu
thơm tình bằng hữu
phảng phất nỗi buồn xa xứ
nhớ không Duyên?
nhớ không Nguyệt Mai?
nhớ không Cúc Hoa?
và nhớ không các bạn của tôi?

căn phòng này
chiếc bàn này
không gian này
chiều nay
tôi ngậm ngùi tạm biệt.

Virginia, 21.4.2024

PHẦN 3

TRUYỆN NGẮN
PHẠM CAO HOÀNG

Phạm Cao Hoàng – Ảnh Cúc Hoa, Đà Lạt, 2016

Mỗi Người Chia Nhau Một Chút Khổ

1.

Những ngày đầu tháng 5.1975 Sài Gòn lên cơn sốt thuốc tây và xe đạp. Thiên hạ đổ xô đi mua thuốc tây và xe đạp vì có tin đồn rằng tiền miền nam sẽ không còn giá trị và hai mặt hàng này sẽ trở nên khan hiếm trong những ngày sắp tới. Giá thuốc tây và xe đạp tăng vùn vụt nhưng người mua vẫn cứ tranh nhau mua.

Trong gia đình tôi, anh Bảy vốn là người nhạy bén với những biến động kinh tế theo kiểu này nên ngay từ lúc bắt đầu cơn sốt anh mua một chiếc xe đạp do Nhật sản xuất, sau đó anh tìm mua các loại thuốc tây thường dùng.

Sáng hôm ấy, anh Bảy tiếp tục đi mua thuốc tây rất sớm. Ở nhà chẳng biết làm gì, tôi lang thang ra chỗ đường Lê Văn Duyệt tìm một quán cóc để uống một ly cà phê sáng. Khi đi ngang qua tiệm thuốc tây, tôi thoáng thấy anh Bảy trong đó.

Tôi bước vào tiệm thuốc tây.
- Xong chưa? Đi uống cà phê với em.
Anh Bảy quay lại, thay vì trả lời tôi, anh nhìn ra ngoài đường, mặt biến sắc, hốt hoảng, lắp bắp:

- Chiếc xe đạp. Chiếc xe đạp mới mua. Đứa nào lấy rồi. Anh mới vừa bước vào đây thôi mà.

Cạnh tiệm thuốc tây có một con hẻm nhỏ. Tôi phản ứng rất nhanh:
- Chắc nó đi chưa xa. Em đuổi theo con hẻm này, còn anh đuổi theo hướng đường Lê Văn Duyệt.

Nói xong, tôi chạy vào con hẻm. Chưa bao giờ tôi chạy nhanh như bữa đó. Cứ lao về phía trước. Không thấy gì cả. Được khoảng 200 mét thì thấm mệt. Tôi bắt đầu giảm tốc độ, chạy chậm hơn. Vừa lúc ấy một bé trai khoảng hơn 10 tuổi, dáng vẻ lanh lợi, đang đứng trước cổng nhà, hỏi:
- Có chuyện gì vậy chú?

Tôi dừng lại:
- Cháu có thấy ai đi một chiếc xe đạp mới ngang qua đây không?
- Xe màu gì vậy chú?
- Màu đỏ.

Đôi mắt cậu bé sáng lên:
- Có. Cháu thấy thằng Thảo vừa đi chiếc xe đạp màu đỏ ngang qua đây.

Tôi thoáng thấy một tia hy vọng:
- Cháu này. Hồi nào tới giờ thằng Thảo có xe đạp không?
- Không đâu chú. Nó thường chơi với bọn cháu, cháu biết rõ mà. Nó làm gì có xe đạp.
- Cháu biết nhà nó ở đâu không?
- Biết chứ chú, ở gần đường xe lửa phía sau ga Hòa Hưng.
- Cháu có thể đưa chú đến nhà thằng Thảo không?
- Được mà chú. Cháu sẽ đưa chú đến nhà thằng Thảo.

Trên đường đi, tôi hỏi:
- Cháu tên gì?
- Cháu tên Thắng.
- Cháu học lớp mấy?
- Cháu học lớp năm.
- Thằng Thảo học lớp mấy?
- Nó lớn hơn cháu hai tuổi nhưng nghỉ học lâu rồi. Nhà nó nghèo lắm. Cha nó đi lính chết trận. Nó phải nghỉ học theo mẹ đi lượm ve chai để bán.
- Trước giờ nó có thường ăn cắp không?
- Không đâu chú. Nó chơi thân với cháu, cháu biết rõ mà. Nó rất đàng hoàng. Chú này, lát nữa tới nhà thằng Thảo chú đừng vào. Mẹ nó sẽ đánh nó nếu biết nó ăn cắp. Cháu sẽ vào gọi nó ra gặp chú.

Thắng đưa tôi đi thật xa, dọc theo đường rầy xe lửa, rồi chỉ vào một căn nhà nhỏ tồi tàn, cũ kỹ, mái tôn, vách ván.
- Nhà thằng Thảo đó chú. Chú đứng né vào chỗ lùm cây kia chờ cháu.

Một lát sau Thắng trở ra, chạy nhanh đến chỗ tôi.
- Nó không có ở nhà. Mẹ nó nói nó đi từ sáng sớm đến giờ chưa về.
- Tối nay chú trở lại chỗ này, cháu cố gắng tìm thằng Thảo để chú gặp. Được không?
- Thôi chú. Biết giờ nào nó mới về. Chú cứ để đó cháu tìm nó rồi đưa nó lên phường gặp chú. Cháu biết chú là "cách mạng đang làm trên phường" mà.

Câu nói của Thắng làm tôi ngớ ra vì bất ngờ. Tôi là giáo chức trong chính quyền cũ, từ miền trung di tản vào đây, có biết trụ sở phường nằm ở chỗ nào đâu, bỗng dưng cậu bé này lại gọi tôi là *"cách mạng đang làm trên phường"*.

Tôi hỏi Thắng:
- Sao cháu biết chú là *"cách mạng đang làm trên phường"*?
- Chiều hôm qua cháu theo mấy thằng bạn chơi đá banh ở trên phường. Cháu thấy chú ở trong đó.

Như vậy là Thắng đã lầm tôi với một người nào đó trên phường. Tuy nhiên, tôi không giải thích.
- Thắng này, nếu cháu tìm được thằng Thảo, cháu đừng đưa nó lên phường, mà đưa nó đến nhà chú vào buổi tối. Được không?
- Phải đưa nó lên phường nó mới sợ chú ơi!
- Đừng cháu. Đừng làm nó sợ. Cứ đưa nó đến nhà chú là được rồi. Nhà chú cũng ở gần đây thôi.

Tôi đưa Thắng địa chỉ chỗ tôi và mấy anh em trong gia đình đang ở nhờ và hỏi Thắng:
- Cháu biết địa chỉ này không?
- Biết chứ chú. Dễ mà. Trong xóm này, hẻm nào cháu cũng biết mà.

2.

Về nhà, tôi kể lại mọi chuyện cho mấy ông anh nghe. Nghe chuyện tôi là *"cách mạng đang làm trên phường"* anh Năm cười ngặt nghẽo:
- Có khi như vậy cũng hay. Để đó xem sao.

Anh Bảy bàn với tôi sẽ đi mua một chiếc xe đạp khác. Xem như chiếc kia đã mất. Không mua, vài hôm nữa sẽ chẳng còn xe để mua. Chưa chắc thằng Thảo ăn cắp chiếc xe đó, và nếu nó ăn cắp thì chuyện lấy lại chiếc xe cũng không phải là dễ dàng.

Ngay sáng hôm sau, anh Bảy xuống các cửa hàng bán xe đạp để mua xe như đã bàn. Tuy nhiên, dự tính bất thành vì giá xe đạp tăng ngất ngưởng; số tiền ít ỏi còn lại trong túi anh Bảy không đủ để mua chiếc thứ hai.

Buổi tối, trời rất nóng. Tôi và anh Bảy đang ngồi trước hiên nhà bàn công chuyện cho ngày mai bỗng nhiên có hai cậu bé dừng trước cổng nhà, ngần ngừ một chút rồi bước vào.

Trời hơi tối, chưa kịp nhận ra hai cậu bé này là ai thì một trong hai đứa nói lớn:
- Cháu đưa thằng Thảo đến gặp chú. Nó lấy chiếc xe của chú đó chú ơi.

Thì ra là Thắng. Khi đưa địa chỉ nhà cho Thắng, tôi cũng đưa theo kiểu cầu may, không nghĩ Thắng sẽ đến.

Tôi bước ra, nói với Thắng:
- Cháu giỏi thật. Cám ơn cháu rất nhiều.

Để cho Thảo không sợ, tôi đến vỗ vai nó:
- Cháu vào đây chơi, nói chuyện với chú.

Tôi đưa hai đứa vào hiên nhà, ngồi trên bậc tam cấp. Thảo có khuôn mặt hơi khắc khổ, tóc khô, nước da ngăm đen. Tôi chưa kịp nói gì thì Thắng lại lên tiếng:
- Cháu tìm được nó chiều nay ở ngoài chợ Hòa Hưng. Cháu nói chú là *"cách mạng đang làm trên phường"* nên nó sợ lắm.

Nãy giờ anh Bảy ngồi im nhưng mừng ra mặt. Anh dỗ Thảo:
- Cháu để chiếc xe đạp ở đâu? Cháu đừng sợ. Sẽ không nhốt cháu đâu.

Thắng chen vào:
- Nó bán cho ông Bốn thợ mộc rồi.
- Tiền bán xe cháu để ở đâu?
- Cháu đã lấy một ít để mua thuốc và đồ ăn cho mẹ cháu. Gần một tuần nay bán ve chai không ai mua, nhà chẳng còn tiền, mẹ cháu lại bị đau...

Nói xong, nó lấy một gói nhỏ gói bằng giấy từ trong túi quần soọc đưa cho tôi:
- Tiền vẫn còn đây. Xin chú tha tội cho cháu.

Tôi đưa gói tiền cho anh Bảy đếm. Đếm xong, anh Bảy có vẻ không vui. Anh nói với Thảo:
- Chú muốn mua lại chiếc xe đạp này. Cháu dẫn chú đi gặp ông Bốn thợ mộc được không?

Thảo có vẻ do dự:
- Cháu không có tiền để trả lại ông Bốn. Chú ơi, cháu không dám gặp ông Bốn đâu.
- Cháu dẫn chú tới đó, còn mọi việc cứ để chú thương lượng.
- Mấy chú không nhốt cháu thì biểu cháu làm gì cháu cũng làm. Giờ này chắc ông Bốn đã đi ngủ.
- Sáng mai đi được không?
- Dạ được.

Thắng và Thảo chào rồi ra về. Tôi đi với hai cậu bé một đoạn, vừa đi vừa hỏi Thảo:
- Chú trông cháu cũng là người đàng hoàng, sao lại ăn cắp xe đạp?
- Gần một tuần nay ve chai lượm bao nhiêu cũng có nhưng bán chẳng ai mua. Mẹ cháu lại bị đau, nhà hết tiền, cháu làm liều kiếm tiền mua thức ăn và mua thuốc cho mẹ cháu.

- Cháu tự làm chuyện này hay có ai bày không?
- Thằng Toán ở cùng xóm bày cháu. Thằng này rất giỏi chuyện ăn cắp. Nó nói theo kinh nghiệm của nó, sau khi dựng xe đạp, người ta đi thẳng vào trong tiệm, ít khi quay lưng nhìn lại. Do vậy, mình canh sẵn, họ vừa quay lưng là mình chớp thật nhanh và chạy đi ngay. Cháu làm theo lời thằng Toán bày.
- Cháu có biết là ăn cắp thì sẽ bị ở tù không?
- Cháu không biết, nhưng mẹ cháu thường nói với cháu ăn cắp là không tốt, mai mốt chết xuống sẽ bị trừng phạt. Cháu đi lượm ve chai với mẹ, thấy đồ đạc người ta để quanh nhà nhưng không bao giờ cháu lấy. Chú ơi, chú tha tội cho cháu. Cháu lỡ lần này thôi.
- Chú sẽ chẳng làm gì cháu đâu. Chú cũng không phải là *"cách mạng đang làm trên phường đâu"*.

Tôi quay sang Thắng:
- Chắc Thắng lầm chú với người nào trên phường.

Thắng cười bẽn lẽn:
- Vậy mà cháu cứ tưởng .... Làm thằng Thảo hết hồn.

Tôi hỏi Thảo:
- Nghe nói mẹ cháu bị đau. Mai cho chú ghé thăm mẹ, rồi hẵn đến gặp ông Bốn thợ mộc. Được không?

Thảo lắc đầu quầy quậy:
- Không được đâu chú ơi. Lỡ chú nói với mẹ chuyện cháu làm bậy, mẹ sẽ đánh cháu.
- Chú sẽ không nói gì hết. Chỉ thăm mẹ thôi.
- Thôi chú. Cháu sợ lắm.

Tôi lấy một ít tiền lẻ dúi vào tay Thắng:

- Cho cháu cái này. Cháu mua cái gì cho Thảo cùng ăn. Chắc nó đang đói. Mai hai đứa nhớ đến, đưa chú đi gặp ông Bốn thợ mộc.

Thắng thích chí:
- Đúng đó chú. Chiều đến giờ thằng Thảo chưa ăn gì. Cháu sẽ mua bánh mì pa-tê. Mai tụi cháu sẽ đến sớm.

Tôi quay về, nói với anh Bảy:
- Có thiếu chút ít nhưng dù sao nó cũng trả tiền lại rồi. Đi tìm ông Bốn thợ mộc làm gì cho mất công?

Anh Bảy lật qua lật lại gói tiền Thảo đưa, cười buồn:
- Hồi nãy chưa kịp nói với chú. Đã nghèo còn gặp cái eo. Tiền thằng Thảo đưa chỉ hơn nửa số tiền anh bỏ ra để mua chiếc xe đạp. Chắc nó bán rẻ. Rẻ người ta mới mua. Bây giờ chỉ còn cách tìm người mua để lấy lại chiếc xe đạp.

3.

Sáng sớm, vừa mở cửa, Thắng và Thảo đã ngồi sẵn trước hiên nhà.
- Các cháu đến sớm vậy?

Thắng nhanh nhẩu:
- Thằng Thảo nói với cháu nó rất hối hận. Nó muốn đưa chú đến gặp ông Bốn thợ mộc ngay để lấy lại chiếc xe. Đêm qua nó chỉ mong trời sáng để sang gặp chú.
- Chờ chú một chút. Chú vào thay quần áo rồi đi.

Anh Bảy và tôi theo hai cậu bé đi lòng vòng qua nhiều đường hẻm ở phía ga xe lửa Hòa Hưng. Mất hơn 20 phút đi bộ mới đến nhà ông Bốn thợ mộc. Căn nhà không đến nỗi tồi tàn như nhà thằng Thảo nhưng nhìn vào có thể nhận ra ngay nhà của dân nghèo.

Bốn thợ mộc trạc 40 tuổi, người hơi thấp, tóc cắt ngắn, khuôn mặt trông có vẻ thật thà. Đặc biệt, đôi chân của ông hơi khập khiễng. Thấy chúng tôi đi với Thảo và Thắng, có lẽ ông đoán được chúng tôi là ai. Ông bước ra, mặt hơi ngượng ngùng, mời chúng tôi vào. Thắng và Thảo cũng vào theo.

Bước vào nhà, tôi thấy một bé trai và một bé gái khoảng hơn 10 tuổi, nước da tái, tóc tai bù xù, đang ngồi ăn cháo với cá khô. Nghề ông là thợ mộc, nhưng nhìn quanh nhà không thấy bàn, tủ, hay đồ đạc gì đáng giá. Tôi có ý quan sát để xem ông để chiếc xe đạp ở đâu nhưng không thấy.

Anh Bảy làm ra vẻ thân thiện:
- Chào anh Bốn. Chị đâu rồi? Sao không ăn sáng với mấy cháu?
- Bà ấy bệnh và qua đời cách đây hai năm. Tôi gà trống nuôi con.
- Anh làm nghề thợ mộc lâu chưa?
- Hơn 10 năm.
- Trước anh cũng ở trong quân đội?
- Không. Chân tôi bị tật nên được miễn dịch vì lý do sức khỏe. Từ khi mẹ cháu qua đời đến giờ, một mình nuôi con, cực khổ quá, có gì không phải mấy anh bỏ qua cho.

Tôi trấn an:
- Không có gì đâu anh Bốn. Thảo nói nó bán chiếc xe đạp cho anh?

Bốn thợ mộc gật đầu:
- Nó bán cho tôi trưa hôm qua. Nó đi ngang nhà, hỏi tôi có muốn mua xe không, nó bán.
- Anh có biết đó là đồ ăn cắp không?
- Thật tình tôi không biết. Tôi thiệt thà, ai nói gì cũng tin. Nó nói đó là xe của nó thì tôi tin là của nó nhưng khi thấy các anh đến đây tôi mới hiểu ra.
- Sao anh không mua xe ngoài tiệm, có hóa đơn, có nguồn gốc đàng hoàng?

Bốn thợ mộc thở dài:
- Bữa trước tôi có tính mua ngoài tiệm nhưng không đủ tiền.

Anh Bảy đứng dậy, nhìn quanh, rồi nói:
- Anh Bốn này. Thằng Thảo đã đưa tiền bán xe cho tôi, bây giờ tôi trả lại anh, anh cho tôi lấy lại chiếc xe đạp.

Nói xong, anh Bảy để gói tiền trên bàn.

Bốn thợ mộc ngồi im một một lúc, khuôn mặt thẫn thờ.
- Tôi bán lại cho người khác rồi.

Anh Bảy không tin:
- Mới trưa hôm qua anh mua của thằng Thảo, bây giờ anh nói anh bán cho người khác rồi. Sao mà nhanh vậy?

Bốn thợ mộc chùng giọng:
- Thấy rẻ thì ham và mua. Mua xong thấy kham không nổi. Gần một tuần nay không đi làm vì chẳng ai thuê. Nhà hết gạo, hết đồ ăn. Vốn liếng chỉ có chừng đó. Chiều hôm qua phải bán lại cho một người qua đường, cũng bằng giá tiền đã trả cho thằng Thảo, không lời lỗ gì. Tôi thật có lỗi với các anh.

Anh Bảy quay sang nhìn tôi, lộ vẻ thất vọng. Tôi nhìn Bốn thợ mộc. Khuôn mặt chơn chất hiền hậu thoáng có chút sợ hãi của ông trông thật tội nghiệp. Hai đứa nhỏ vừa ăn cháo xong, đang dọn chén bát mang ra ngoài sân rửa. Thảo đứng khép nép trong góc phòng. Thắng đứng bên cạnh, cầm bàn tay Thảo.

Tôi nói với anh Bảy:
- Thôi anh Bảy. Tiếc làm gì? Đáng lẽ mình đã chết trong chiến tranh, bây giờ vẫn còn sống là may lắm rồi. Còn người còn của mà. Anh Bốn đây thì nghèo, mình cũng khổ, mà mẹ thằng Thảo cũng cơ cực. Thôi thì mỗi người chia nhau một chút khổ trong lúc khó khăn này./.

PHẠM CAO HOÀNG
1975

ĐÃ BA NĂM
MÌNH KHÔNG CÓ TẾT

1.

Buổi tối, sau khi cho con ngủ, Hoa nói với tôi, giọng ái ngại:
- Con bé gầy quá. Nó bị suy dinh dưỡng. Chắc anh phải kiêm việc làm thêm để có tiền lo cho con.

Việc gì bây giờ? Lâu nay tôi đã nhiều lần nghĩ đến chuyện này nhưng chẳng biết phải làm gì. Có dạo, một người quen tốt bụng ở Chi Rông cho tôi mượn miếng đất ruộng để làm. Kinh nghiệm không có, làm thử một mùa, số lúa thu về còn ít hơn số lúa giống đã gieo xuống ruộng. Người ê ẩm vì không quen công việc đồng áng, mất thời gian, còn bị lỗ vốn, đành phải trả miếng đất lại cho chủ nhân của nó. Buôn bán thì không xin được giấy phép. Một số đồng nghiệp dạy cùng trường làm thêm bằng cách sửa xe đạp, sửa giày, sửa đồng hồ, bơm mực bút bi, bơm quẹt ga, làm thú y... Còn tôi, vẫn bế tắc.

Tôi nhìn đứa con ba tuổi đang ngây thơ nằm ngủ trên giường, rồi nhìn Hoa:
- Lần này thì anh phải tìm cho ra việc để mà làm. Thấy con như thế này anh xót quá.

Cuối tuần, tôi về Đà Lạt tìm gặp Hữu, một người bạn thân, đang là phóng viên của một tờ báo ở địa phương. Hữu cũng xơ xác như tôi, nhưng khi nghe chuyện tôi muốn có thêm việc làm, anh trầm ngâm suy nghĩ.

Bất chợt, Hữu cười thật tươi:
- Tôi nghĩ ra rồi. Hình như anh có một chiếc máy ảnh phải không?

Tôi không hiểu vì sao Hữu hỏi tôi như vậy. Sau 1975, cuộc sống quá khó khăn, tôi phải bán đi nhiều thứ, nhưng chiếc máy ảnh thì tôi vẫn còn giữ lại. Ngoài chiếc máy ảnh, tài sản của tôi còn có một máy đánh chữ, một chiếc xe đạp, và mấy chỉ vàng do bà con tặng hồi đám cưới. Chỉ có vậy thôi. Nhà cửa không có, đang ở nhờ.

Tôi nói với Hữu:
- Có. Tôi vẫn còn giữ chiếc máy ảnh.

Hữu vỗ vai tôi:
- Yên tâm. Chắc chắn có việc làm. Tôi sẽ giới thiệu anh cho ông Nguyễn Bá Mậu để học nghề chụp ảnh. Học xong, anh sẽ chụp ảnh dạo và ảnh đám cưới để kiếm thêm tiền. Tuần sau anh lên, tôi sẽ đưa anh đến gặp ông ấy.

Tôi mừng lắm. Nghề này chắc chắn phải hợp với tôi hơn là làm ruộng. Về nhà tôi kể chuyện cho Hoa nghe và Hoa cũng rất lạc quan với chút ánh sáng đang lóe lên trong cuộc sống u ám của chúng tôi. Tôi lấy chiếc máy ảnh hiệu Canon lau chùi cẩn thận, nhủ lòng sẽ cố gắng để vượt qua số phận. Cả thị trấn này, số người có máy ảnh chỉ đếm trên đầu hai bàn tay. Rất ít người biết chụp ảnh.

Muốn chụp ảnh phải học cách sử dụng máy ảnh. Ảnh sẽ mờ tịt nếu không biết điều chỉnh khoảng cách, sẽ trắng bệt nếu thừa ánh sáng, hoặc sẽ đen thui nếu thiếu ánh sáng. Tôi đã có dịp đọc qua các sách dạy chụp ảnh nên cũng hiểu biết chút ít.

Cuối tuần sau đó Hữu đưa tôi đến gặp nhiếp ảnh gia Nguyễn Bá Mậu. Từ lâu tôi đã nghe tiếng ông: một trong những nhiếp ảnh gia nổi tiếng ở miền nam trước 1975, cùng thời với Nguyễn Cao Đàm, Trần Cao Lĩnh. Tầm sư học đạo mà gặp được ông thì quả là gặp đúng sư phụ rồi. Tôi mang theo chiếc máy ảnh, trong lòng hơi lo, không biết ông có sẵn sàng truyền nghề hay không.

Nhà ông nằm cuối dốc Sông Lô gần rạp chiếu bóng Ngọc Hiệp ở đường Phan Đình Phùng. Nhà bài trí nghệ thuật, gọn gàng, ngăn nắp. Trái với những lo âu của tôi, nhiếp ảnh gia Nguyễn Bá Mậu là một người cởi mở, vui vẻ, lịch sự, nhanh nhẹn, và đặc biệt ông có cách nói chuyện rất nhẹ nhàng, dễ gây cảm tình với người được ông tiếp chuyện. Sau khi nghe Hữu giới thiệu và nói ý định của tôi, ông vui vẻ nhận lời:
- Tưởng ai chứ bạn của Hữu thì xem người nhà. Mình có thể bắt đầu từ hôm nay.

Rồi ông nói đùa:
- Thợ chụp hình là người có nhiều quyền lực. Khách hàng của chú, từ quan đến dân, ai cũng phải nghe chú. Chú bảo người ta lui ra sau hay bước tới trước, nhích sang bên phải hay bên trái là họ răm rắp làm theo. Nhưng coi chừng chú bị đau tim vì chú sẽ gặp rất nhiều người đẹp.

Ngay sau đó ông hướng dẫn cho tôi những hiểu biết căn bản về chiếc máy ảnh, cách điều chỉnh ánh sáng, khoảng cách, tốc độ, cách cầm máy ảnh sao cho không bị rung, cho phép tôi chụp thử vài tấm ảnh trong nhà, ngoài trời, vào phòng tối rửa ảnh, dựa vào đó ông phân tích những lỗi cần phải tránh.

Cứ cuối tuần tôi lại lên gặp ông. Ông tiếp tục hướng dẫn về bố cục một tấm ảnh: phần không gian trên đầu phải nhiều hơn dưới chân, phần không gian trước mặt phải rộng hơn sau lưng, không được chụp cắt ngang người ở đùi, ở đầu gối, ở cổ chân, không để khách hàng đứng phía trước gốc cây mà phải đứng tựa vào một bên, người mập không mên chụp gần, người ốm không nên chụp xa, chụp thế nào để một người lùn trông cao hơn trong ảnh... Dạo trước tôi cũng thường chụp ảnh cho bạn bè và gia đình, bây giờ, qua những gì ông hướng dẫn, nhìn lại thấy mình mắc nhiều lỗi kỹ thuật mà mình không biết.

Phần cuối cùng, ông hướng dẫn tôi chụp ảnh nghệ thuật: chụp hoa, tĩnh vật, chụp silhouette, chụp ảnh chân dung, xóa phông đằng sau, chụp người hoặc vật đang di chuyển, chụp ảnh thể thao, chụp ảnh vào ban đêm... Đây là phần khó nhất, không học không thể biết cách chụp. Tôi rất thích phần này, tự nhủ, nếu không kiếm ra tiền thì ít nhất cũng có những hiểu biết về nhiếp ảnh để áp dụng cho đời sống riêng của mình.

Rồi tới ngày sư phụ cho tôi xuống núi. Ông hẹn gặp tôi thêm một lần nữa ở nhà ông vào một buổi sáng chủ nhật.Trên bàn nơi phòng khách ông đã chuẩn bị sẵn hai ly cà phê, bên cạnh có một túi da dùng để đựng máy hình. Ông dặn dò tôi về việc luôn luôn phải làm vui lòng khách hàng, đừng nóng tính, và khi họ cần đến mình thì cho dù phải đi mười cây số để chụp một tấm hình vẫn cứ phải đi.

Tôi nói:

- Rất cám ơn anh về sự tận tình chỉ dẫn lâu nay. Anh vui lòng cho em gửi cái này.

Vừa nói tôi vừa đặt chiếc nhẫn một chỉ vàng lên bàn với ý định gửi ông chút thù lao.

Ông khoát tay, không nhận. Tôi nài nỉ thế nào ông vẫn từ chối. Ông cầm lấy chiếc nhẫn bỏ vào cái túi da rồi đưa cho tôi, kèm theo nụ cười đôn hậu:

- Từ trước tới giờ tôi chưa lấy thù lao của ai về việc này. Giúp chú chút kinh nghiệm thôi mà, có gì lớn lao đâu. Cuộc sống giáo chức bây giờ khó khăn lắm. Chú chịu khó làm thêm để có thêm thu nhập. Có chiếc túi da này, cũ nhưng còn tốt, tôi tặng chú để khi đi làm nghề cho nó có vẻ chuyên nghiệp. Lúc này thứ gì cũng khan hiếm, muốn mua một cái túi da như thế này, cho dù có tiền cũng không mua đâu ra.

Thật là ngoài sức tưởng tượng của tôi. Đã không nhận thù lao, lại còn tặng vật dụng hành nghề.

Tôi đã may mắn gặp được một con người tử tế và nhân hậu. Tôi đã học được ở ông không chỉ nghề ảnh mà cả cách sống ở đời.

2.

Cả thị trấn tôi đang sống chỉ có hai tiệm chụp hình với số thợ hình khoảng năm người. Họ thuộc nhóm thợ quốc doanh, còn tôi thuộc dạng *"chụp hình chui"*. Tiền dạy học không đủ sống, *"đói thì đầu gối phải bò"*. Đầu gối tôi bắt đầu bò. Tôi nhận chụp ảnh đám cưới vào những ngày cuối tuần. Dần dần, khi đã có chút uy tín, khách hàng tìm đến nhiều hơn. Ngoài giờ dạy, soạn bài, chấm bài, tôi tận dụng số thời gian còn lại để đi chụp hình. Tôi làm việc bảy ngày một tuần và hoàn toàn không có thời gian để giải trí. Làm nhiều như vậy nhưng cuộc sống vẫn không khá lên được vì thu nhập từ nghề hình cũng chỉ dừng ở mức *"có còn hơn không"*.

Một lần tôi phải vào một xã kinh tế mới cách nhà khoảng 10 cây số để chụp hình cho một gia đình đang cần ảnh gửi cho người thân. Khách hàng yêu cầu chụp một tấm duy nhất cho cả gia đình và tôi phải có mặt vào lúc 6 giờ sáng. Tôi lấy làm lạ, hỏi tại sao phải là 6 giờ sáng. Khách hàng giải thích: vào giờ đó mọi người trong gia đình đủ mặt; sau 6 giờ người thì đi làm, con cái thì đi học, có người này thì thiếu người kia. Thì ra là vậy.

Đời sống vùng kinh tế mới rất khó khăn. Trong tính toán của họ, họ chỉ đủ tiền để chụp một tấm hình thôi. Nhớ lời sư phụ dặn, *"Khi họ cần đến mình thì cho dù phải đi mười cây số để chụp một tấm hình vẫn cứ phải đi"*. Và tôi làm đúng theo lời sư phụ. Năm giờ sáng lọc cọc đạp xe vào chỗ hẹn. Đến nơi, họ đã sẵn sàng với một đại gia đình trên dưới mười người. Trời chưa sáng hẳn, ánh sáng ngoài trời còn yếu, chưa đủ để làm cho ảnh rõ và sắc nét. Tôi hình dung việc chụp tấm hình này là một việc quan trọng đối với họ, không cho phép chụp hỏng hoặc xấu, do vậy tôi phải chụp đến ba lần để chắc ăn sẽ có một tấm khá nhất giao cho họ. Nào ngờ, chủ gia đình nổi nóng, xài xể tôi một trận:

- Tôi đã nói chỉ chụp một tấm, bây giờ chú chụp đến ba tấm, tôi lấy tiền đâu mà trả.

Lỗ công, lỗ vốn, lại còn bị xài xể, tôi hơi tức nhưng không giận vì chẳng qua là họ hiểu lầm. Trước cơn thịnh nộ của người chủ nhà tôi chỉ biết chịu trận. Đợi ông dứt trận lôi đình tôi mới ôn tồn giải thích. Mấy ngày sau tôi lại lọc cọc đạp xe vào giao tấm hình, vừa đi vừa nhủ lòng, *"Xem như làm từ thiện"*. Cũng may tấm hình khá đẹp, nếu không, chưa biết chuyện gì xảy ra.

Cũng ở vùng kinh tế mới này, một hôm tôi đang chụp ảnh cho một đám cưới thì hai cậu du kích xuất hiện. Họ cho người vào gọi tôi ra.

Thấy họ có mang súng nên tôi hơi sợ. Tôi bước ra, cố gắng nở một nụ cười xã giao.

Một cậu, mặt non choẹt đáng tuổi học trò tôi, hạch hỏi:
- Anh có giấy phép chụp hình không?

Tôi vã lã:
- Khó khăn quá. Làm thêm một chút thôi mà, chưa kịp xin giấy phép.

Được thể, cậu ta càng lên gân:
- Không có giấy phép thì không được chụp. Anh mà tiếp tục chúng tôi sẽ thu máy ảnh.

Nghe ba chữ *"thu máy ảnh"* tôi hơi ngán. *"Thu máy ảnh"* đồng nghĩa với *"thu cái cần câu cơm"* của tôi trong lúc này. Tôi vội vàng bỏ máy ảnh và đèn flash vào trong túi da, lùi ra xa theo phản ứng tự nhiên, chưa biết phải tính thế nào thì cô dâu chú rể bắt đầu năn nỉ:
- Mấy anh thông cảm. Không cho chụp thì chúng tôi không có ảnh cưới. Một đời có một lần mà không có ảnh thì biết làm sao đây.

- Không có thông cảm gì hết. Đi kiếm thợ ảnh khác vào chụp.
- Làm sao kịp? Tìm được người khác vào tới đây thì đám cưới xong rồi.

Vừa lúc ấy có một người đàn ông trạc 30 tuổi dừng xe đạp nơi chỗ hai cậu du kích. Họ thì thầm với nhau một lúc, sau đó người này bước tới chỗ tôi, nghiêm giọng:
- Tha cho anh lần này. Lần sau không được vào đây.

Nói xong cả bọn bỏ đi.

Sau lần đó, tôi không nhận chụp ảnh đám cưới cho vùng kinh tế mới này nữa, kiếm các địa bàn khác để *"làm ăn"*

Tôi chỉ chụp ảnh, còn rửa ảnh thì không vì không có phòng tối. Chụp xong, tôi phải mang về Đà Lạt đưa cho các phòng tối trên đó tráng phim và in ảnh. Khổ nhất là những lần khách cần ảnh gấp, đám cưới hôm nay họ muốn lấy ảnh vào ngày mai để kịp đưa cho bà con ở xa về dự tiệc cưới. Phương tiện vận chuyển thiếu thốn, muốn mua một vé xe đò về Đà Lạt phải xếp hàng chờ đến hai ba tiếng đồng hồ, nhiều khi tới phiên mình thì hết vé. Có một lần mua được vé đi nhưng không mua được vé về, đành phải đi bộ trên 30 cây số để về nhà.

Sau này, gặp những trường hợp khách cần ảnh gấp như vậy tôi đi xe đạp về Đà Lạt cho chắc ăn. Lượt đi mất bốn tiếng vì đoạn lên đèo Prenn không đạp nổi, phải dắt xe đi bộ. Lên tới nơi, đến ngay phòng tối giao phim, sáng sớm hôm sau trở lại lấy ảnh và đạp xe trở về. Lượt về chỉ mất một tiếng rưỡi nhưng rất nguy hiểm khi xuống đèo. Để chuẩn bị cho những lần đổ đèo, tôi phải tháo bỏ hai cái garde-boues, chỉ còn hai bánh xe trơ trọi, khoèo một chân vào chỗ bánh xe trước để làm giảm tốc độ khi xe xuống đèo. Một lần tôi hụt chân, bổ nhào xuống đất, lăn ra giữa đường, chiếc xe đạp văng ra xa, còn cặp kính cận may mắn rớt vào vạt cỏ bên vệ đường, không bể. Người tôi chỉ bị xây xát nhẹ.

Sau lần đó, tôi bắt đầu sợ. Tôi không nhận chụp những đám cưới cần ảnh gấp như vậy nữa.

Dần dần, thợ *"chụp hình chui"* xuất hiện thêm mấy người nữa. Sự xuất hiện của họ ít nhiều có ảnh hưởng đến các thợ hình khác vì số khách hàng bị chia bớt đi. Các thợ hình quốc doanh bắt đầu tìm cách gây khó khăn. Họ báo cho công an, đề nghị công an cần phải dẹp cái đám *"chụp hình chui"* này. Trong số các thợ hình quốc doanh, có một tay rất hung hăng, tên là Lung, thường bám sát chúng tôi. Có lần gặp tôi, hắn hù dọa:
- Tao sẽ cho bọn mày dẹp tiệm.

Tôi tức cười quá, nói luôn:
- Có tiệm đâu mà dẹp.

Mặt hắn hầm hầm:
- Rồi bọn mày sẽ biết tay tao.

3.

Gần nhà tôi có một ngôi chùa. Những ngày Tết, rất đông người đến chùa thắp nhang, lạy Phật, xin xăm, cầu lộc, cầu duyên... Đây là nơi *"làm ăn"* của tôi và nhiều thợ hình khác vào dịp Tết. Đây cũng là dịp đám thợ quốc doanh và đám *"chụp hình chui"* đối mặt với nhau. Vừa chụp hình cho khách, vừa phải dè chừng đám thợ quốc doanh xem họ có gây khó khăn gì cho mình không. Sự cạnh tranh tất nhiên phải có, không công khai nhưng ngấm ngầm và quyết liệt. Suốt những ngày Tết, từ mồng một đến mồng năm, tôi làm việc không ngơi nghỉ, mệt rã người vì cả ngày chụp hình liên tục, tối lại phải thức để phụ với phòng tối làm ảnh. Hoa thì lúc nào cũng ở bên tôi giúp giao hình cho khách. Tôi *"làm ăn"* ở chùa này tổng cộng ba cái Tết. Hai cái Tết đầu yên ổn, không có chuyện gì xảy ra. Đến cái Tết thứ ba thì gặp rắc rối.

Hôm đó là mồng ba Tết, khoảng giữa trưa - giờ cao điểm bà con đến thắp nhang lạy Phật, rải rác trước và sau chùa có khoảng 8 thợ chụp hình đang phục vụ cho khách. Tôi thuộc nhóm thợ đông khách. Một vài thợ ế ẩm, khách thưa thớt. Tôi đang chụp ảnh cho một gia đình phía sau chùa thì bà Chín - một người làm công quả thường xuyên ở chùa - đi ngang qua chỗ tôi, ghé tai nói nhỏ:
- Chụp xong nhóm này, thầy ra đằng sau nhà khách gặp tôi. Có chuyện này hơi gấp, muốn nói với thầy.

Tôi hơi ngạc mhiên, chụp nhanh cho xong rồi ra đằng sau nhà khách.

Bà Chín đã chờ sẵn, nét mặt có vẻ nghiêm trọng:

- Hồi nãy có ba thanh niên trông rất du côn bàn kế hoạch hành hung thầy. Thầy đừng ra sau chùa vì bọn nó chờ thầy ở đó, giả làm khách chụp hình, rồi kiếm cớ đánh thầy, đập máy ảnh. Tôi đoán bọn này là tay chân của mấy anh thợ ế khách. Từ giờ đến chiều thầy chỉ chụp trước chùa. Phía trước chùa lúc nào cũng đông người, chúng nó không dám làm gì thầy đâu.

Tôi cám ơn bà Chín rồi đi tìm Hoa, kể cho Hoa nghe mọi việc và dặn Hoa đứng gần theo dõi, có dấu hiệu gì bất thường báo cho tôi biết, còn tôi vẫn tiếp tục công việc của mình. Một số khách nài nỉ tôi ra sau chùa chụp ảnh cho họ vì phía ấy có nhiều cảnh đẹp nhưng tôi lấy cớ không đủ thời gian và cứ bám chặt phía trước chùa.

Khoảng ba giờ chiều, Hoa và tôi ghé vào chỗ bóng mát dưới gốc cây để nghỉ ngơi một chút. Hoa đang lột mấy trái quít cho tôi ăn đỡ khát thì có một nhóm thanh niên tóc dài, áo phanh ngực bước tới. Bọn chúng có ba người. Đúng là nhóm du côn mà bà Chín đã báo động với tôi. Có lẽ chúng chờ phía sau chùa quá lâu mà không thấy tôi ra nên tìm đến đây. Tôi hơi chột dạ nhưng không sợ vì xung quanh tôi vẫn còn rất đông người. Theo phản ứng tự nhiên, tôi vừa định cho máy ảnh vào túi da thì một người trong bọn họ hắng giọng khiêu khích:
- Máy ảnh hiệu Canon hả? Máy này mà chụp cái gì? Coi chừng chụp xong không có ảnh đấy!

Người thứ hai nói trổng:
- Chiều rồi, chụp gì nữa? Đi về đi.

Người thứ ba giọng có vẻ đe dọa:
- Mai đừng đến đây nữa nhé. Đến là có chuyện đấy.

Nói xong, cả ba cười hô hố bỏ đi.

Đợi chúng đi thật xa và đoán chắc chúng không trở lại tôi mới thở phào nhẹ nhòm, nhìn vào khuôn mặt bơ phờ của Hoa:
- Em có nhớ mình bắt đầu làm nghề chụp hình từ năm nào không?

- Nhớ chứ anh. Từ 1979, khi con mình được 3 tuổi.
- Mới đó mà đã ba năm. Đã ba năm mình không có Tết mà con mình thì vẫn chưa hết suy dinh dưỡng. Còn anh, chắc anh sẽ suy nhược thần kinh mất thôi./.

PHẠM CAO HOÀNG

1983

Phạm Cao Hoàng – Tranh Nguyễn Sông Ba 2023

MƠ CÙNG TÔI GIẤC MƠ ĐÀ LẠT

đứng bên bờ vực tử sinh
vẫn nghe em hát bản tình ca xưa
P.C.H.

1.

Hôm ấy là Saint Patrick's Day, 17.3.2011. Như thường lệ, Cúc Hoa và tôi thức dậy sớm, uống với nhau một cốc cà phê, ăn nhanh bữa điểm tâm nhẹ, rời nhà và đi làm. Chúng tôi không làm chung một chỗ nhưng đi làm cùng một giờ và ngày nào chúng tôi cũng phải có mặt ở chỗ làm trước 6 giờ sáng. Từ nhà đến chỗ làm không xa lắm, khoảng mười phút lái xe.

Khoảng 7 giờ sáng tôi nhận được điện thoại từ chỗ Cúc Hoa làm, hỏi sao không thấy Cúc Hoa đến. Tôi hốt hoảng. Từ lúc rời nhà đến giờ đã một tiếng đồng hồ rồi, sao lại chưa tới chỗ làm? Đây là điều không bình thường. Hoặc là xe bị hỏng trên đường đi, hoặc là bị đụng xe. Không lẽ bị bắt cóc? Tôi bấm máy gọi điện thoại cho Cúc Hoa. Gọi nhiều lần nhưng không thấy Cúc Hoa trả lời. Rõ ràng có chuyện chẳng lành. Tôi báo tin cho các con tôi biết và cùng nhau đi tìm trên lộ trình Cúc Hoa vẫn đi về hàng ngày. Không thấy bóng dáng Cúc Hoa và cũng không tìm thấy chiếc xe của Cúc Hoa đâu.

Lại liên tiếp bấm số điện thoại của Cúc Hoa để gọi. Đến hơn 8 giờ thì điện thoại của Cúc Hoa đổ chuông, Người trả lời không phải là Cúc Hoa, mà là một giọng nữ người Mỹ.

Tôi hỏi ngay:
- Nhà tôi đang ở đâu, thưa cô?
- Inova Fairfax Hospital.
- Chuyện gì đã xảy ra cho nhà tôi?
- Bà ấy bị đụng xe. Xe cấp cứu đưa vào bệnh viện sáng sớm hôm nay.
- Bị thương có nặng không?
- Thoát chết nhưng bị thương khá nặng.

Vừa lúc ấy tôi nhận được điện thoại của Quỳnh Anh, cô gái út của tôi.
- Con đã vào tới bệnh viện. Đang làm một số thủ tục về thông tin cá nhân và bảo hiểm. Má đang nằm trong phòng cấp cứu. Họ cho biết má bị rạn ở xương chậu và phía dưới đầu gối, cần được phẫu thuật ngay trong ngày hôm nay.
- Ba và mọi người sẽ vào ngay.
- Khỏi cần ba ơi . Có con ở đây được rồi mà. Vào cũng ngồi đó thôi, họ chưa cho gặp đâu. Chiều rồi hẵn vào, tiện thể mang theo đồ đạc cho má luôn.

Ở nhà đứng ngồi không yên nên sau đó mọi người vào hết trong bênh viện.

Đến 3 giờ chiều thì ca mổ xương chậu hoàn tất và hai tiếng sau đó họ đưa tôi vào phòng hồi sức gặp Cúc Hoa. Tôi bước vào, nhìn thấy Cúc Hoa. Mặt Cúc Hoa hơi sưng và có một vết bầm nhỏ trên mũi, còn chân trái thì băng kín mít. Cúc Hoa mở mắt nhìn tôi, không nói gì, rồi hai dòng nước mắt từ từ lăn trên má. Khuôn mặt và đôi mắt của Cúc Hoa buồn một cách lạ lùng. Suốt đời tôi, tôi sẽ không bao giờ quên khuôn mặt Cúc Hoa và những giọt nước mắt ấy. Khuôn mặt của sự chịu đựng một đời gian khó cùng những giọt nước mắt của hạnh phúc xen lẫn khổ đau.

Chúng tôi yêu nhau thời chiến tranh, cưới nhau lúc hòa bình, cuộc sống triền miên vất vả, và bây giờ Cúc Hoa phải chịu những đớn đau ghê gớm về thân xác trong những ngày lưu lạc ở xứ người. Tôi tự hỏi tại sao không phải là tôi mà lại là Cúc Hoa. Tôi cũng không ngờ có một ngày Cúc Hoa phải rơi vào một hoàn cảnh như thế này vì Cúc Hoa vốn là người lái xe rất cẩn thận.

Đêm đó ai cũng muốn ở lại trong bệnh viện với Cúc Hoa nhưng họ chỉ cho phép một người . Tôi nói các con cứ về đi làm bình thường, còn tôi sẽ là người ở lại. Trong những giờ phút khó khăn nhất của Cúc Hoa, tôi cần phải có mặt bên nàng.

Cúc Hoa nằm đó, trên giường bệnh, lặng lẽ, hơi thở mệt nhọc. Tôi ngồi bên cạnh, nghĩ lan man đủ thứ chuyện, nhớ mênh mang đoạn đường đời mà hai chúng tôi đã đi qua. Chúng tôi quen nhau trong một đêm thơ nhạc do nhóm bạn Phan Bá Chức, Nguyễn Ngọc Phong, Trần Minh Triền, Nguyễn Khắc Nhượng và Nguyễn Hiền Tiên phối hợp với Lê Uyên Phương tổ chức ở quán Lục Huyền Cầm, Đà Lạt. Thuở ấy tôi mê thơ và nhạc hơn bất cứ thứ gì trên cõi đời này. Tôi là một con ngựa hoang chỉ thích rong ruổi lang thang đây đó. Khi quen Cúc Hoa, mọi thứ bắt đầu thay đổi, và tôi biết đã đến lúc tôi cần phải *dừng bước giang hồ*. Cúc Hoa đến với tôi nhẹ nhàng, nồng nàn, và vô cùng lãng mạn.

Thế hệ chúng tôi, mà Trần Hoài Thư gọi là *"thế hệ chiến tranh"*, là một thế hệ không may mắn. Thời chiến tranh thì sống trong chết chóc, lo âu, sợ hãi. Khi hòa bình thì sống trong cơ cực, khó khăn. Sự nhẹ nhàng, nồng nàn, và lãng mạn của Cúc Hoa đã giúp tôi vượt qua những khó khăn nhiều lúc tưởng chừng như không vượt qua nổi.

Cúc Hoa nằm đó, trong nỗi đớn đau của thân xác.

thương em ngày nắng Tuy Hòa
chiều mưa Đức Trọng sáng Đà Lạt sương
thương em và những con đường
một thời tôi đã cùng em đi về
bây giờ lạ đất lạ quê
bước chân phiêu bạc biết về nơi đâu
thương em nắng dãi mưa dầu
đau cùng tôi với nỗi đau riêng mình
chia cùng tôi một chút tình
của ngàn năm trước và nghìn năm sau

Cúc Hoa nằm đó, vẫn khuôn mặt thánh thiện nhưng có hằn lên những nét khổ đau. Một đời Cúc Hoa hết tình hết nghĩa với tôi và các con. Tôi cầu mong sao vết thương không nặng lắm để Cúc Hoa có thể vượt qua tai ách này.

Đến gần nửa đêm, Cúc Hoa tỉnh thuốc mê và đã có thể gượng nói chuyện với tôi.

- Em có nhớ mọi việc xảy ra như thế nào không?
- Em chỉ nhớ là mình lái xe chạy trên đường Westfields, qua khỏi bưu điện thì không biết gì nữa.
- Em thấy trong người thế nào?
- Đau nhức và ê ẩm khắp người. Em bị thương có nặng không anh?

- Chân trái em bị rạn hai chỗ. Chiều nay họ đã mổ và chỉnh sửa phần bị rạn ở xương chậu.
- Chừng nào họ mổ chỗ còn lại?
- Họ nói phải theo dõi sự hồi phục và sức chịu đựng của em rối mới tính tiếp.
- Liệu sau này chân em có bị tật hay không?
- Không đâu em.

Tôi nói để Cúc Hoa an tâm chứ thật ra chỉ có trời mới biết rồi đây Cúc Hoa sẽ như thế nào.

Cúc Hoa trầm ngâm, im lặng hồi lâu.

- Em đang nghĩ gì?
- Em buồn quá . Hết chuyện này đến chuyện khác. Muốn yên mà vẫn không yên.
- Em cứ bình tĩnh, mọi việc rồi cũng sẽ ổn thôi.
- Em nhớ Đà Lạt. Mai mốt lành bệnh anh đi với em về Đà Lạt anh nhé.
- Ừ, anh sẽ đi với em. Sao em lại nghĩ về Đà Lạt trong lúc này?.
- Thật ra, không phải lúc này, mà lúc nào em cũng nghĩ về Đà Lạt. Em tìm thấy sự bình yên ở đó.
- Anh cũng nghĩ như em.
- Anh ơi. Anh hát em nghe bài GỬI EM, ĐÀ LẠT đi.

Vẫn là một Cúc Hoa đầy chất lãng mạn trong bất cứ hoàn cảnh nào nên tôi không ngạc nhiên về đề nghị này. *Đứng bên bờ vực tử sinh. Vẫn nghe em hát bản tình ca xưa.* Lúc này đây, trong nỗi đau đớn tột cùng của Cúc Hoa, tôi sẵn sàng làm bất cứ điều gì để nhẹ bớt đi nỗi đau của nàng, huống chi là hát một bài hát. GỬI EM, ĐÀ LẠT là bài hát tôi viết cho Cúc Hoa khi chúng tôi mới quen nhau.

Tôi hát nhỏ, vừa đủ cho Cúc Hoa nghe.

sáng nay mưa đã về
ngàn thông xao xuyến khách phương xa
hỡi cô em Đà Lạt
về đâu?
tôi muốn theo về với người
mưa cho đôi má em hồng
mưa cho đôi mắt nai tròn
mưa bay qua cõi vô cùng
và tôi bay giữa mênh mông
mưa âm vang suốt bên đời
mưa lang thang mấy phương trời
mưa qua như dáng thu người
đời vui thêm tiếng em cười
sáng nay mưa đã về
vườn kia hoa nở đóa tương tư
gửi cô em Đà Lạt
bài thơ tôi viết khi về với người

Cúc Hoa nói nhỏ:
- Cám ơn anh.

Tôi đùa:
- You're welcome.
- Anh ơi. Em muốn gặp Thuần. Anh nói Thuần sang thăm em anh nhé.
- Sao em lại nghĩ đến Thuần trong lúc này?
- Cứ nghĩ về Đà Lạt là em lại nghĩ đến anh, đến Thuần, và những ngày tháng êm đềm hồi đó.
- Ừ, anh sẽ nói Thuần sang thăm em. Bây giờ thì em cố gắng ngủ để lấy lại sức.

Thuần là bạn thân của Cúc Hoa. Cả hai học cùng một lớp, nhà ở cùng một đường. Sau 1975, còn gặp nhau được mấy lần, rồi Thuần vượt biên, mất liên lạc. Mãi đến thời gian gần đây, nhờ một bài viết của Trần Yên Hòa trên nhật báo Sài Gòn Nhỏ ở California, Thuần mới nối lại liên lạc với Cúc Hoa. Thuần đẹp, lãng mạn, và chuyện tình của Thuần và Thịnh là một trong những chuyện tình tuyệt vời nhất trần gian này.

Trong thời gian Cúc Hoa quen với tôi thì Thuần quen với Thịnh, lúc ấy đang học ở Đại Học Chiến Tranh Chính Trị Đà Lạt. Sau 1975, Thuần tiếp tục học những năm cuối ở đại học khoa học, còn Thịnh đi học tập cải tạo, và hai người mất liên lạc với nhau. Một ngày kia, trong một lần đi thực tập tại một vùng nông thôn ở Bình Thuận, tình cờ Thuần gặp một nhóm tù cải tạo, trong đó có Thịnh. Trước mắt Thuần, Thịnh không còn là Thịnh hào hoa phong nhã ngày nào, mà là một tấm thân tàn ma dại, bị sốt rét nặng nên bước đi không nổi, phải chống gậy. Sau lần gặp gỡ ấy, Thuần thường xuyên đi thăm nuôi Thịnh. Bất chấp lời ra tiếng vào, Thuần giữ nguyên tấm lòng chung thủy, và khi Thịnh ra tù hai người tổ chức đám cưới, Rồi người đi trước, kẻ đi sau, cả hai cuối cùng cũng đến được nước Mỹ sau nhiều lần vượt biên thừa sống thiếu chết. Hiện nay họ là những người khá thành công, sống hạnh phúc cùng hai con ở New Orleans, tiểu bang Louisiana.

Năm ngày sau các bác sĩ tiến hành ca mổ thứ hai, chỉnh sửa chỗ rạn ở phần xương phía dưới đầu gối. Lại lên bàn mổ. Lại gây mê. Lại ngồi nơi phòng tiếp tân của khoa giải phẫu, hồi hộp từng giây từng phút chờ kết quả ca mổ. Chỉ trong vòng năm ngày mà Cúc Hoa phải trải qua hai ca đại phẫu, liệu nàng có đủ sức để chịu đựng ca mổ thứ hai không?

Cuối cùng thì mọi viêc diễn tiến tốt đẹp và ca mổ hoàn tất.

Lisa, cô y tá trực, nói với tôi:

- Các bác sĩ rất ngạc nhiên về sức chịu đựng và khả năng hồi phục của bệnh nhân này. Nhiều người phải chờ một hoặc hai tuần sau mới thực hiện ca mổ tiếp theo.
- Cô có nghĩ là sau này nhà tôi sẽ bình thường không?
- Tôi nghĩ vậy.

Tuy nhiên tôi vẫn chưa an tâm. Tôi tìm gặp Daniel, bác sĩ chính của ca mổ.
- Thưa bác sĩ, phải mất bao lâu nhà tôi mới có thề đi lại được?
- Khoảng 6 tháng. Mấy tháng đầu đừng gập đầu gối quá 90 độ và hai chân không được chéo qua nhau.
- Khi về nhà việc chăm sóc sẽ như thế nào?
- Chúng tôi sẽ cho y tá và therapists đến tận nhà chăm sóc và theo dõi trong một tháng, mỗi tuần 3 lần. Tuy nhiên người nhà cần sắp xếp để chăm sóc bệnh nhân hai bốn trên hai bốn. Nếu cần giúp đỡ, hãy gọi chúng tôi.
- Liệu sau này nhà tôi có bị tật ở chân không?
- Cái đó còn tùy vào sự luyện tập của bệnh nhân.

Thôi thì bao lâu cũng được, vất vả bao nhiêu cũng được, tốn kém thế nào cũng được, miễn là Cúc Hoa có thể trở lại cuộc sống bình thường, đi tiếp cùng tôi và các con trên quãng đường còn lại.

2.

Cúc Hoa xuất viện vào một ngày cuối đông. Những cơn bão tuyết đã đi qua, cây phong trước nhà đã bắt đầu đâm chồi non, và khu vườn sau nhà đã có tiếng chim hót líu lo sau những ngày trốn tuyết. Cúc Hoa *trở về mái nhà xưa* bằng xe lăn nhưng miệng vẫn tươi cười. Tôi hiểu tâm trạng của nàng. Ở đâu cũng không bằng ở nhà của mình. Còn về được tới nhà là mừng rồi.
Các con tôi, Thiên Kim, Anh Kim, Quỳnh Anh, chị Vân - một người bạn của Cúc Hoa, và tôi lên lịch chăm sóc Cúc Hoa, chia phiên nhau để lúc nào cũng có người bên cạnh giúp Cúc Hoa tập therapy và các sinh hoạt cá nhân. Tôi đặt chiếc sofa gần chỗ nằm của Cúc Hoa làm giường ngủ cho mình vào ban đêm để tiện việc chăm sóc.. Đó là khoảng thời gian tôi không phân biệt ngày và đêm, khi nào cần thức thì cứ thức, khi nào mệt quá thì ngủ thiếp đi.

Cúc Hoa ái ngại cho tôi và các con:
- Em ân hận quá. Vì em mà anh và các con phải khổ.
- Em đừng nghĩ vậy.
- Đã nhiều đêm anh mất ngủ. Anh có mệt lắm không?
- Đâu có sao. Có mệt một chút nhưng thấm vào đâu so với những khổ sở mà em đang phải gánh chịu.
- Nằm một chỗ em mới hiểu hết giá trị của đôi chân.
- Vấn đề là thời gian. Sáu tháng sẽ trôi qua, rồi em sẽ đi lại bình thường thôi mà.

Cúc Hoa dân Đà Lạt nên quen uống cà phê vào buổi sáng. Sáng nào Cúc Hoa cũng pha hai ly cà phê sữa, một cho tôi và một cho nàng. Trừ phi có bạn bè, còn bình thường tôi ít khi ra quán vì chỉ thích cà phê do Cúc Hoa pha. *Cám ơn những sáng êm đềm. Khói cà phê quyện bên hiên nhà mình*. Bây giờ Cúc Hoa nằm bệnh tôi quên mất thói quen này, sáng ra cũng chẳng buồn pha cà phê.

Cúc Hoa nói với tôi:

- Em đã quen với mùi cà phê mỗi sáng mấy chục năm nay rồi, bây giờ vắng nó thấy nhớ quá. Em không uống được nhưng anh cứ pha một ly cho anh để em có thể tìm lại mùi cà phê.
- Lu bu đủ thứ chuyện rồi cũng quên luôn. Ừ, mỗi sáng anh sẽ làm như vậy.

Đến cuối tuần, các con tôi tổ chức barbecue, mừng mẹ đã về nhà. Các em của Cúc Hoa - Ánh và Trung, từ Maryland cũng lái xe sang tham dự. Mọi người đều vui vì Cúc Hoa đã có thể nhìn thấy ánh sáng ở cuối đường hầm.

Vừa lúc ấy, Nguyễn Trọng Khôi từ Boston gọi sang:

- Tình hình sao rồi? Cúc Hoa đã về tới nhà chưa?
- Về rồi. Cả nhà đang ăn mừng.
- Ông nói gì lạ vậy? Sao lại ăn mừng? Nghe nói nặng lắm mà.
- Đúng là nặng. Mừng là vì là vì chỗ bị thương là chỗ có thể chữa trị được, còn đầu óc thì vẫn bình thường.
- Như vậy thì cũng đáng mừng thật. Đầu tháng tới sang Virginia triển lãm tranh tôi sẽ ghé thăm.

Trước 1975, khi còn ở Đà Lạt, Cúc Hoa và tôi rất thân với Phan Bá Chức và Hoàng Ngọc Lĩnh. Bây giờ có lúc Lĩnh ở Canada, có khi ở Singapore, rồi lại trở về Việt Nam. Tháng trước từ Canada Lĩnh sang ở lại với chúng tôi mấy ngày, đã có một tối họp mặt đáng nhớ, và Lĩnh cứ khóc vì được sống lại cái không khí ấm cúng của thơ và nhạc, của tình bạn thuở nào. Đêm đó chúng tôi uống rượu chát, nghe Nguyễn Trọng Khôi, Nguyễn

Ngọc Phong hát, nghe Đinh Cường, Nguyễn Minh Nữu đọc thơ.

Từ Singapore Lĩnh gọi sang, giọng hốt hoảng:
- Lĩnh có nghe tin này, và mong nó là cái tin không có thật. Có phải Cúc Hoa bị đụng xe không?
- Đó là tin có thật Lĩnh ơi.
- Mới tháng trước gặp Cúc Hoa mà bây giờ sao lại thế này?
- Hôm đó Cúc Hoa lái xe đi làm và không may tai nạn đã xảy ra.
- Có biết nguyên nhân vì sao không?
- Phải chờ report của cảnh sát mới biết được .
- Bị thương có nặng không.
- Nói là nặng cũng được, mà nhẹ cũng được, nhưng nói chung mọi việc sẽ không đến nỗi nào.
- Như vậy là mừng cho Cúc Hoa quá. Hàng tuần Lĩnh sẽ gọi sang nói chuyện cho Cúc Hoa vui.

Thời gian ở Virginia tôi may mắn được gặp gỡ hai họa sĩ tài hoa Đinh Cường và Nguyễn Trọng Khôi. Duyên văn nghệ đã giúp tôi có được mối thân tình với những kỳ hoa dị thảo này. Cả hai đều có đặc điểm chung là sống hết lòng với nghệ thuật, bạn bè, và gia đình. Đinh Cường người nho nhã, hiền hòa, ít nói. Nguyễn Trọng Khôi lịch lãm, hào sảng, và tháo vác. Nhìn những công trình nghệ thuật đồ sộ của họ, tôi thấy mình nhỏ bé lại.

Riêng Nguyễn Trọng Khôi có một khả năng rất đặc biệt, thuộc vào loại hiếm có: anh có thể viết nhạc, tự soạn hòa âm cho bản nhạc đó, tự hát như một ca sĩ có đẳng cấp, tự thu âm, và sau đó tự làm thành đĩa CD hoặc DVD.

Đầu tháng tư, Nguyễn Trọng Khôi từ Boston mang tranh sang Virginia cùng các họa sĩ Đinh Cường và

Trương Vũ tổ chức cuộc triển lãm chủ đề Awakening Spring tại Arlington Arts Gallery, sẵn dịp hai anh ghé thăm Cúc Hoa.

Bước vào nhà, nhìn thấy Cúc Hoa ngồi trên xe lăn, anh Đinh Cường nói ngay:
- Mấy hôm rồi tôi vẫn cầu nguyện cho Cúc Hoa.

Còn Nguyễn Trọng Khôi lấy từ túi xách ra một gói nhỏ:
- Quà cho Cúc Hoa.

Cúc Hoa và tôi không thể tin vào mắt mình. Đây là đĩa DVD bài hát GỬI EM, ĐÀ LẠT, Nguyễn Ngọc Phong hát, Nguyễn Trọng Khôi soạn hòa âm và thu âm, trên đĩa có in hình của Cúc Hoa. Cúc Hoa xúc động đến nghẹn ngào, còn tôi khó có thể diễn tả hết cảm xúc của mình lúc ấy. Tôi thấy có sợi dây tình cảm thiêng liêng nối tấm lòng của những người bạn văn nghệ lại với nhau. Từ khi nghe tin Cúc Hoa bị nạn đến hôm nay chỉ mới có mười ngày, lại bận rộn với việc chuẩn bị cho cuộc triển lãm, vậy mà Nguyễn Trọng Khôi và Nguyễn Ngọc Phong làm xong bài hát để tặng Cúc Hoa.

Trước ngày Cúc Hoa bị tai nạn một thời gian ngắn, Cúc Hoa và tôi cùng hàng triệu người trên thế giới đã xúc động về câu chuyện tình của hai bạn trẻ người Mỹ Chris Medina và Juliana Ramos. Medina, 26 tuổi, sống ở Chicago, đính hôn với Ramos vào năm 2007, và lễ cưới dự định sẽ diễn ra hai năm sau. Trước ngày cưới hai tháng, Ramos không may bị đụng xe, chấn thương sọ não, không còn nói được, chân tay gần như bị liệt, và trở thành một người tàn phế suốt đời, mọi sinh hoạt của bản thân phải cần đến sự trợ giúp của người khác. Medina vẫn giữ lòng chung thủy với vị hôn thê, tự nguyện làm người chăm sóc thường xuyên (a full-time caretaker) cho Ramos.

Những ngày Ramos nằm bệnh viện, Medina viết ca khúc WHAT HAS BECOME OF ME tặng cho Ramos, trong đó có những ý tưởng đầy xúc cảm: *"Tôi đang dành cho em tất cả những gì tôi cần phải dành cho em... Trong giờ phút đen tối nhất của cuộc đời em, tôi sẽ là ánh sáng cho em (I'm giving you all I've got to give... In your darkest hour, I'll be your light)"*.

Trường hợp của Cúc Hoa không bi đát như Ramos, nhưng câu chuyện của Medina và Ramos nhắc tôi phải làm một cái gì đó nhiều hơn cho Cúc Hoa.

DVD GỬI EM, ĐÀ LẠT mà Nguyễn Trọng Khôi và Nguyễn Ngọc Phong thực hiện là món quà vô giá dành cho Cúc Hoa vì Cúc Hoa vốn rất coi trọng các giá trị tinh thần. Liên tiếp trong nhiều ngày, Cúc Hoa xem đi xem lại DVD GỬI EM, ĐÀ LẠT. Món quà của những người bạn quí làm Cúc Hoa thay đổi rất nhiều: lên tinh thần và bớt bi quan.

Tôi liên lạc với chỗ làm, xin nghỉ vacation một tháng để ở nhà với Cúc Hoa. Theo hướng dẫn của các nhân viên therapists, tôi giúp Cúc Hoa tập therapy. Đưa chân lên, thả chân xuống, Trèo lên giường, xuống khỏi giường. Nhảy cò cò một chân. Tập đi bằng cái walker. Lê lết, mệt nhoài, đớn đau, toát mồ hôi, và cả nước mắt. *Bị tật ở chân hay không còn tùy ở sự luyện tập của bệnh nhân*. Một đời đã vượt qua bao khó khăn, lần này không thể bỏ cuộc. Lại còn giấc mơ Đà Lạt nữa. Về Đà Lạt sẽ đi bộ nhiều, đi để tìm lại những kỷ niệm một thời, không đi được thì làm sao thực hiện giấc mơ Đà Lạt? Nhìn những đau đớn của Cúc Hoa khi luyện tập, tôi thấy quá tội nghiệp.

Dù hết sức cố gắng trong hơn bốn tháng, Cúc Hoa vẫn chưa tự đi được mà vẫn phải nhờ vào cái walker. Tôi không ngờ việc khôi phục những bước đi của Cúc Hoa lại khó khăn đến như vậy. Thôi thì tự an ủi, bác sĩ nói phải mất sáu tháng mà.

Cho đến một ngày đầu tháng tám, cả nhà chuẩn bị để hai hôm nữa Thuần từ New Orleans sang chơi thì phép lạ đã xảy ra. Buổi sáng thức giấc, Cúc Hoa xuống khỏi giường, thử đứng lên và bước đi thì bỗng dưng đi được. Một bước, rồi hai bước, rồi những bước tiếp theo, rất chậm, nhưng không cần đến cái walker. Thử đi lên cầu thang thì cũng đi được. Quả là một ngày đáng nhớ. Cúc Hoa đã tìm lại những bước đi của mình.Không biết đã đến lúc đi được, hay vì niềm vui gặp lại người bạn thân sau hơn ba mươi năm xa cách đã làm cho Cúc Hoa tăng thêm sức mạnh. Có thể là cả hai.

Cô út Quỳnh Anh và tôi được giao nhiệm vụ ra phi trường Dulles đón Thuần. Máy bay đến đúng giờ. Tôi dễ dàng nhận ra Thuần trong đám đông hành khách vì Thuần không thay đổi bao nhiêu Vẫn đẹp và có phần trẻ hơn so với tuổi tác.

Thuần đi nhanh đến chỗ tôi:

- Anh Hoàng phải không?
- Trông Thuần không khác hồi xưa bao nhiêu.
- Hơn ba mươi năm rồi còn gì. Cúc Hoa đỡ chưa?
- Đỡ nhiều rồi. Gặp Thuần chắc sẽ đỡ hơn.

Gặp lại Thuần là điều Cúc Hoa mơ ước trong nhiều năm . Những ngày Thuần ở lại là những ngày vui bất tận. Thôi thì nói đủ thứ chuyện trên trời dưới đất. Các con tôi, vốn rất quí trọng bạn bè của bố mẹ, sắp xếp công việc để vui với Thuần, làm các món ăn Việt Nam đãi Thuần, đưa Thuần đi thăm những nơi cần viếng thăm như Thủ Đô Washington, DC và Khu Thương Mại Eden của người Việt Nam ở Virginia.

Sự có mặt của Thuần làm Cúc Hoa mạnh mẽ hẳn lên, bước chân nhanh hơn, và tác động khá mạnh đến tinh thần của Cúc Hoa. Sau ngày chia tay với Thuần, Cúc Hoa siêng năng luyện tập, bước đi tiến bộ thấy rõ.

3.

Tai nạn xảy ra vào cuối mùa đông. Bây giờ là đầu thu. Những hàng cây hai bên đường bắt đầu ngã sang màu vàng. Nhiệt độ dịu dần. Cúc Hoa đã có thể đi lại gần như bình thường.

- Anh ơi. Tối nay anh đi bộ với em nghe.
- Em muốn đi bộ ngoài trời?
- Ừ, đi bộ ngoài trời. Mùa thu rồi mà.

Mùa thu rồi mà. *Mùa thu năm ấy bên thềm lá bay. Bàn tay nắm chặt bàn tay*. Dìu nhau qua những tháng ngày gian nan. Chúng tôi chầm chậm đi bên nhau dọc theo những con đường quanh khu nhà chúng tôi đang ở. Đây là lần đầu tiên kể từ cái ngày định mệnh ấy Cúc Hoa có thể đi bộ ngoài trời trên một đoạn đường khá xa. Nhà chúng tôi ở đường Ngựa Ô và đêm nay Cúc Hoa đã có thể đi bộ đến tận hồ Thạch Thảo.

- Em như vừa sống lại. Bao giờ mình đi Đà Lạt hả anh?
- Ba tháng nữa thì mình sẽ đi.
- Anh biết em mơ gì không?
- Mơ gì?

- Khi vừa đến Đà Lạt, mình kiếm một chiếc xe chạy về đường Hai Bà Trưng để em nhìn căn nhà nơi em sinh ra và lớn lên.
- Sau đó?
- Sau đó đến đường Bùi Thị Xuân, ngang qua chỗ của quán Lục Huyền Cầm ngày xưa, nơi đã đưa anh đến với cuộc đời em.
- Tiếp theo?
- Vào cà phê Tùng, anh uống một ly cà phê đen, em uống một ly đá chanh.
- Xong rồi đi đâu?
- Xuống chỗ Cầu Ông Đạo, ghé Thủy Tạ uống thêm một cái gì đó. Có thể anh uống một ly rượu mạnh, còn em sẽ uống một ly cà phê sữa.
- Rồi thì đi đâu nữa?
- Rồi thì đi đâu cũng được, miễn là Đà Lạt.

Trời đông bắc đêm nay đẹp lạ lùng, và bên tôi Cúc Hoa đang *mơ cùng tôi giấc mơ Đà Lạt.*

PHẠM CAO HOÀNG
Virginia, October 2011

Về Chốn Cũ

1.

Chuyến đi chỉ có ba tuần mà chúng tôi phải chuẩn bị đến gần ba tháng. Có nhiều thứ để chuẩn bị nhưng quan trọng nhất vẫn là sức khỏe của Cúc Hoa. Cúc Hoa dành nhiều thời gian để tập đi bộ và leo dốc. Kết quả chụp X-ray trong lần tái khám sau cùng cho thấy chỗ xương bị rạn đã lành hẳn. Bước đi chưa nhanh nhưng đã lấy lại được sự thăng bằng cần thiết. Như vậy là có thể an tâm lên đường. Ngày nào chúng tôi cũng bàn với nhau về những thứ cần mang theo, những nơi cần phải đến, những người cần phải thăm. Hơn mười năm rồi. Nhớ từng con đường, từng góc phố, từng khuôn mặt thân thương.

Đêm trước ngày lên đường, chúng tôi thức trắng. Cả nhà rộn ràng như đêm giao thừa. Sau những tháng năm chờ đợi, hôm nay chúng tôi trở lại quê nhà.

Chúng tôi đi máy bay của hãng hàng không Korean Air, lộ trình Virginia – Seoul và Seoul – Sài Gòn. Từ Virginia đến Seoul mất 13 tiếng và từ Seoul về Sài Gòn thêm 5 tiếng nữa. Korean Air để lại cho tôi nhiều ấn tượng tốt đẹp vì đội ngũ tiếp viên rất lịch sự và chu đáo. Đường xa tưởng là mệt lắm nhưng chẳng mệt gì cả. Định lên máy bay sẽ ngủ bù nhưng rồi cũng không ngủ được. Cứ dán mắt vào màn hình trước mặt theo dõi lộ trình chuyến bay xem đã đến đâu, còn bao lâu nữa thì tới. Khoảng cách cứ thu lại dần, cho đến khi máy bay hạ cánh xuống phi trường Incheon, Nam Hàn, chúng tôi cảm thấy nhẹ nhỏm. Đoạn đường xa nhất đã vượt qua. Còn 5 tiếng nữa thôi, sắp về tới nhà rồi.

9.1.2012, gần nửa đêm, chúng tôi về tới Tân Sơn Nhất. Làm thủ tục nhập cảnh xong, chúng tôi tìm đến chỗ nhận hành lý. Đồ đạc chúng tôi mang theo khá nhiều nên cũng hơi lo không biết có cái nào bị thất lạc hay không. May quá, không có cái nào bị thất lạc. Chúng tôi nghỉ qua đêm tại một khách sạn nhỏ ở Sài Gòn và chiều hôm sau đã có mặt ở Tuy Hòa.

Tuy Hòa là một thành phố biển nằm giữa Nha Trang và Qui Nhơn, nơi tôi sống suốt thời gian theo học bậc trung học. Rời phi trường Đông Tác, chúng tôi đi nhanh một vòng trong thành phố. Tôi muốn thấy lại chiếc cầu 21 nhịp mà hồi đó tôi gọi là *những nhịp cầu đen buồn bã*. Tôi muốn nhìn lại ngôi trường Nguyễn Huệ, nơi đầy ắp những kỷ niệm của tuổi học trò.

Chúng tôi chỉ có một tuần ở Tuy Hòa. Tôi dành hết khoảng thời gian này để về Phú Thứ thăm mồ mả ông bà, thắp mấy nén nhang cho cha mẹ tôi và ở lại trong căn nhà thời thơ ấu. Xe chạy về Phú Thứ trên con đường quen thuộc dọc theo mương dẫn thủy của đập Đồng Cam, dọc theo những cánh đồng thơm ngát mùi hương của đất.

mùi hương của đất làm con nhớ
những giọt mồ hôi, những nhọc nhằn
cha đã vì con mà nhỏ xuống
cho giấc mơ đời con thêm xanh

mùi hương của đất làm con tiếc
những ngày hoa mộng, thuở bình yên
nồi cá rô thơm mùa lúa mới
và tiếng cười vui của mẹ hiền

Tôi mơ hồ thấy bóng cha tôi đang cúi xuống trên đồng ruộng, mồ hôi nhễ nhại, thấy bóng mẹ tôi thấp thoáng sau bếp, loay hoay chuẩn bị bữa cơm chiều.

Cũng như nhiều gia đình ở miền nam, sau 1975 anh em tôi sống tản mác nhiều nơi, người sang Pháp, người qua Mỹ, người ở lại quê nhà. Chị Ba, chị Bốn, Tâm và Bảo là những người ở lại. Suốt những ngày ở đó, mấy chị em cứ quấn quít bên nhau. Chúng tôi có những bữa ăn nơi chiếc bàn mà ngày xưa cả nhà thường quây quần trong bữa cơm chiều. Chúng tôi có những buổi tối ngồi trước hiên nhà chuyện vãn đến hai ba giờ sáng.

Tôi ra dòng sông Ba phía sau nhà, ngồi bên bờ sông mà lòng bồi hồi xúc động. Dù sao tôi vẫn còn may mắn có một quê nhà để mà trở lại, có một dòng sông để ngồi nhớ tuổi thơ mình.

Không về thì thôi, đã về thì phải gặp người này một chút, người kia một chút cho vui. Đất lề quê thói mà. Do vậy, Bảo đưa tôi đi chào hỏi bà con. Trời mưa lai rai cả ngày nhưng đi thì cứ phải đi. Phước Bình, Phước Mỹ, Phú Nhiêu, Hòa Mỹ, Phú Thứ, Mỹ Lệ... Bà con nội ngoại chằng chịt, thật tình tôi không nhớ hết. Tôi đùa với Bảo, *"Chú đưa đi đâu thì anh đi đó, bảo chào ai thì anh chào"*.

Một tuần qua thật nhanh. Chưa kịp gì cả thì lại đến ngày phải ra đi. Không biết đây là lần thứ mấy tôi phải từ giã nơi này. Cứ mỗi lần ra đi, tôi lại nhớ đến đôi mắt của mẹ tôi. Lần nào cũng vậy, bà cứ cầm lấy bàn tay tôi, *"Đi đâu thì đi, nhưng lâu lâu nhớ về nghe con"*. Ngày cuối cùng, tôi cứ nhìn đi nhìn lại căn nhà thời thơ ấu của mình, nhìn đi nhìn lại khuôn mặt của những người thân yêu trong gia đình. Chỉ lát nữa đây thôi, tất cả chỉ còn trong trí nhớ, chưa biết bao giờ mới gặp lại nhau.

2.

Trở lại Sài Gòn, chúng tôi có một đêm dành riêng cho nhóm bạn cũ ở Đà Lạt: Trần Minh Triền, Lan Khanh, Phan Bá Chức, Duy Thoán, Hồng Nam, Nguyễn Khắc Nhượng. Thời ở Đà Lạt, chúng tôi sinh hoạt chung trong ca đoàn TIẾNG NÓI, và Phan Bá Chức là linh hồn của ca đoàn. Ngoài hai mươi tuổi, Chức đã có thể dàn dựng và điều khiển những bản hợp xướng lớn như *TRƯỜNG CA SÔNG LÔ, KHÚC HÁT SÔNG THAO*... với hàng trăm người hát. Chúng tôi gọi Chức là tự điển nhạc vì Chức thuộc và nhớ nhạc và lời của rất nhiều bài hát. Nhớ đến mức đáng ngạc nhiên. Chức có thói quen khi hát cứ nhắm nghiền mắt lại, thả hồn theo dòng nhạc.

Lâu lắm rồi mới được nghe lại giọng hát của các bạn tôi. NƯỚC NON NGÀN DẶM RA ĐI, TÌNH QUÊ, TÌNH HOÀI HƯƠNG... Tiếng hát của các bạn làm tôi nhớ vô cùng những ngày tháng cũ. Nhớ những đêm lang thang ngoài khu Hòa Bình với Nhượng, ấm lòng với một ly sữa đậu nành. Nhớ những tối ở nhà Chức Lĩnh nghe Chức hát những ca khúc trong tập BẦY CHIM XƯA ĐÃ TRỞ VỀ. Nhớ những sớm sương mù quyện với khói cà phê ở nhà Triền Khanh, Đơn Dương.

Chức hát tặng Cúc Hoa bài ĐỒI THÔNG của Y Vân. Đây là bài hát Hoa rất thích.

ngồi trên đồi vắng, bên gốc cây thông già
nhìn theo dòng suối trôi dưới chân đồi...
ôi ngày xưa ấy đã qua
tôi nhìn thơ ấu ra đi
như nhìn ai đó xa lạ
một ngày một vắng...
mịt mờ...

Nhượng đọc một bài thơ Nhượng viết năm 1973 khi xuống thăm tôi ở Trạm Hành, Đơn Dương. Ngày xưa, đi xe lửa từ Phan Rang lên Đà Lạt, hành khách phải qua nhiều trạm, trong đó có Trạm Hành, nằm ở phía trên Đơn Dương một chút. Bài thơ làm tôi nhớ Trạm Hành với rừng tiếp rừng, với một trời sương trắng phủ mùa đông, với những bông quì vàng nở rộ khi tháng chạp về, và hình ảnh chị Tư cùng bạn bè tôi trong những lần tìm đến chốn này.

Một đêm hội ngộ tuyệt vời. Tôi thật sự xúc động khi được sống lại những giây phút êm đềm của âm nhạc, thi ca, và tình bạn.

3.

Hôm sau, chúng tôi về Đà Lạt bằng máy bay của Vietnam Airlines, chuyến 7 giờ sáng. Nôn nao với chuyến đi nên mới 5 giờ sáng chúng tôi đã có mặt ngoài phi trường.

16.1.2012, 8 giờ sáng, chúng tôi về tới phi trường Liên Khương. Đà Lạt hiện dần ra trước mắt: Thác Prenn, cây xăng Kim Cúc, hồ Xuân Hương. khu Hòa Bình... Cúc Hoa nắm chặt bàn tay tôi, ngơ ngác nhìn cảnh vật hai bên đường.

Đầu tiên chúng tôi về thăm căn nhà của gia đình Hoa ở đường Hai Bà Trưng. Cúc Hoa vào lạy bàn thờ ông bà, lững thững ra đứng ngẩn ngơ trước cổng, rồi lại trở vào nhìn dòng suối nhỏ ở phía sau nhà. Căn nhà cũ đã phá đi và xây dựng lại. Khung cảnh khác rất nhiều nhưng có một thứ vẫn còn nguyên vẹn: bức tranh sơn dầu vẽ một chậu hoa, hồi xưa treo ở phòng khách. Mọi người trong gia đình rất quí bức tranh này, vốn được vẽ trong thời chiến tranh, do một người lính hải quân Mỹ vẽ và tặng cho anh Quang Mỹ, người anh cả của Hoa.

Các em của Hoa - Hương và Tùng - đưa chúng tôi và Ánh, Trung đi thăm mộ người thân. Tội nghiệp cho Hoa: muốn thắp cho cha mẹ mình một nén nhang nhưng không biết thắp ở đâu. Cha mẹ Hoa đều qua đời ở Mỹ. Nhiều người Việt ở Mỹ được hỏa táng sau khi chết, tro được rải xuống Đại Tây Dương, hy vọng rằng một ngày nào đó xác thân sẽ trôi giạt về Thái Bình Dương, tìm về chốn cũ.

Buổi chiều, chúng tôi ra đường Võ Tánh, bây giờ là đường Bùi Thị Xuân, đến chỗ quán Lục Huyền Cầm ngày xưa, tiện thể ghé thăm Kim Huê luôn. Nhà cửa bây giờ kín mít suốt dọc con đường nhưng chúng tôi vẫn có thể nhận ra vị trí của quán một cách dễ dàng.

Chúng tôi đi qua đi lại mấy lần, bồi hồi nhớ lại đêm thơ nhạc đã đưa chúng tôi đến với nhau. Hồi đó, Lê Uyên – Phương là một hình ảnh rất lý tưởng đối với tuổi trẻ chúng tôi. Còn gì đẹp và lãng mạn hơn khi Phương đàn và Lê Uyên hát những ca khúc của Phương trong không gian mờ ảo của Lục Huyền Cầm và trong khi hát họ cứ đắm đuối nhìn nhau. Tôi mê nhất là những lúc họ nhìn nhau.

Hôm ấy, Cúc Hoa đến Lục Huyền Cầm dự đêm thơ nhạc theo lời mời của tôi. Sau khi kết thúc, tôi đưa Hoa về. Trên đường về, chúng tôi đi bộ vòng qua Khu Hòa Bình, ghé lại chỗ đường Đoàn Thị Điểm ăn nhẹ một chút rồi chia tay. Kể từ hôm đó, Cúc Hoa đi bên cạnh cuộc đời tôi cho đến bây giờ.

Chúng tôi đi bộ dọc theo đường Hàm Nghi, ghé cà phê Tùng. Hồi đó, nếu đi với bạn bè, chúng tôi đến quán Domino ở đường Phan Bội Châu, còn đi với Cúc Hoa thì vào cà phê Tùng hoặc Thủy Tạ. Cà phê Tùng ngon nổi tiếng, và đá chanh thì tuyệt, pha bằng một loại chanh có mùi thơm rất đặc biệt. Bây giờ loại chanh ấy không còn. Chúng tôi vào, lặng lẽ ngồi vào chỗ ngày xưa chúng tôi vẫn thường ngồi, gọi hai thứ mà hồi đó chúng tôi thường gọi. Ở chỗ ngồi này, chúng tôi đã có những giây phút tuyệt vời thuở mới quen nhau. Những chiếc ghế da dọc theo tường vẫn còn đó nhưng tiếng hát Christophe thì không còn. Christophe, ca sĩ người Pháp, một thời làm tuổi trẻ chúng tôi ngây ngất với Main dans la main, Aline, Mal, Maman, Je suis parti, Oh mon amour... bây giờ cũng đã thành dĩ vãng. Biết chúng tôi là những người đi tìm kỷ niệm, anh Thông - chủ nhân cà phê Tùng - ân cần tiếp chuyện, hướng dẫn nên chụp hình ở góc nào, kể cho nghe những bước thăng trầm của quán, nhất là giai đoạn sau 1975.

Rời cà phê Tùng, chúng tôi tiếp tục thả bộ ra hồ Xuân Hương, ngồi bên bờ hồ, nhìn sang cầu Ông Đạo... Buổi chiều thật êm đềm với một chút sương mù đang nhẹ nhàng phủ xuống. Lòng chúng tôi cũng nhẹ nhàng như khói sương kia. Đây là những phút giây hiếm hoi trong đời sống chúng tôi nhiều năm qua.

Khi chúng tôi ghé vào Thủy Tạ thì bên ngoài trời đã tối hẳn. Trời không lạnh lắm. Chúng tôi chọn một chiếc bàn cạnh lan can nhìn xuống mặt hồ. Hồi ấy chúng tôi thường lang thang trên Đồi Cù, đi dọc theo hồ Xuân Hương, rồi ghé vào đây. Thủy Tạ bây giờ không khác hồi xưa bao nhiêu. Tôi gọi cho mình một ly Hennessy và một ly cà phê sữa cho Cúc Hoa. Đây là chỗ dừng chân cuối cùng trong ngày nên chúng tôi ở lại lâu hơn.

Một ngày thật trọn vẹn với chúng tôi khi trở về Đà Lạt.

Từ Virginia, Thiên Kim, Anh Kim, Quỳnh Anh vẫn theo dõi chuyến đi của chúng tôi, gọi điện thoại về hỏi han mọi chuyện.
- Ba má đang ở đâu?
- Đang ở ngoài đường.
- Ba má đã đến những chỗ cần phải đến chưa?
- Đến rồi.
- Má sao rồi?
- Má rất vui và khỏe.
- Ba má gặp cô Kim Huê chưa?
- Gặp rồi.
- Tìm cô Huê có dễ không?
- Cũng không khó lắm.
...
Kim Huê là bạn thân của Cúc Hoa hồi còn đi học. Nhà Huê ở gần quán Lục Huyền Cầm. Ngoài Thuần ra, Huê là người biết nhiều về những kỷ niệm của chúng tôi. Sau 1975, Huê vượt biên sang Mỹ, tìm gặp lại người yêu đã sang trước bên đó. Hai người kết hôn và có với nhau ba đứa con. Khi chúng tôi mới đến Mỹ, vợ chồng Huê đã có một cuộc sống khá ổn định, làm chủ hai nhà hàng ở California. Thấy chúng tôi chân ướt chân ráo,

còn lúng túng về công ăn việc làm nơi xứ lạ quê người, Huê ngỏ ý muốn giúp đỡ, nói cứ sang Cali rồi Huê sẽ lo liệu mọi việc cho.

Kim Huê mua vé máy bay gửi cho chúng tôi nhưng đúng vào ngày lên đường sang Cali thì xảy ra vụ khủng bố September 11. Chuyến bay bị hoãn lại và chúng tôi không thể đến Cali như dự định. Sau đó chúng tôi tìm được việc làm ở Seattle nên thôi không sang chỗ Huê nữa nhưng vẫn nhớ mãi tấm lòng của Huê dành cho chúng tôi trong lúc khó khăn.

Một thời gian sau Huê thường gọi điện thoại cho Hoa tâm sự rằng cuộc sống gia đình bắt đầu sóng gió. Tưởng mọi chuyện rồi sẽ qua, không ngờ tình hình càng ngày càng tồi tệ hơn dẫn đến việc hai người phải chia tay. Huê buồn rầu và lâm bệnh nặng, không còn khả năng tự chăm sóc mình. Gia đình Huê phải đưa Huê về Đà Lạt để chăm sóc. Nhiều lần Cúc Hoa gọi về thăm Huê nhưng không trò chuyện được vì Huê đã mất khả năng giao tiếp.

Khi chúng tôi vào, Huê chỉ ngồi im lặng, khuôn mặt ngơ ngác, thất thần, hoàn toàn không bộc lộ cảm xúc, không mừng rỡ khi gặp lại người quen. Hỏi người thân thì mới biết Huê sống một đời sống gần như thực vật.

Trang, cháu của Huê, hỏi:
- Cô Huê ơi, có nhớ ai đây không?

Khó khăn lắm Huê mới ú ớ được một tiếng:
- Hoa.

Trang hỏi tiếp:
- Hoa nào? Ở đâu?

Một lần nữa, hết sức cố gắng, Huê nói:
- Hai Bà Trưng.

Cầm tay Huê, Cúc Hoa khóc, *"Sao lại như thế này, Huê ơi!"*.

Ngày xưa, Huê cũng một thời áo trắng Bùi Thị Xuân cùng với Thúy Nga, với Thuần, với Cúc Hoa, và một thời lãng mạn cùng núi đồi Đà Lạt. Huê đã có một mối tình thật đẹp, vượt đại dương, đạp sóng dữ, liều chết để tìm lại người yêu của mình. Không ngờ mọi thứ lại kết thúc với Huê một cách buồn thảm như thế này. Chúng tôi gửi một chút quà cho Huê, góp một phần rất nhỏ cùng gia đình chăm sóc Huê, và tự nhủ lòng sẽ còn trở lại với Huê nhiều lần nữa.

Ngày tiếp theo, chúng tôi xuống Đức Trọng thăm chị Tám, người đã cưu mang chúng tôi trong những năm chúng tôi bắt đầu cuộc sống hôn nhân.

Hồi ấy, chị Tám và năm đứa con còn trong độ tuổi đi học sống trong một căn nhà không lớn lắm. Chồng chị chết sớm và chị ở vậy nuôi con. Chị hiền lành, phúc hậu, và tốt bụng vô cùng. Chị ngăn vách làm một chỗ ở cho Cúc Hoa và tôi, có bếp và lối đi riêng. Chị không cho chúng tôi đóng góp bất cứ khoản tiền bạc nào trong suốt những năm tháng ở đó. Chị giúp chúng tôi có thêm việc làm, dành dụm để sau này có thể mua nhà. Sáu năm sau, chúng tôi mua được căn nhà đầu tiên của mình.

Người xưa nói *"Ở hiền gặp lành"* nhưng chị Tám ở hiền mà không gặp lành. Cách đây gần 20 năm, trong một lần thăm bà con ở Bình Thuận, xe đò bị lật. Chị gãy cột sống và từ đó đến nay hai chân bị liệt, phải di chuyển bằng xe lăn. Nhiều năm qua chúng tôi vẫn mong có một lần gặp lại chị. Tội nghiệp chị, gần hai mươi năm phải ngồi một chỗ, đau khổ biết chừng nào.

Chúng tôi muốn dành cho chị một sự bất ngờ nên không báo trước. Vừa bước vào nhà, chị nhận ra ngay, trố mắt nhìn rồi bật khóc, *"Hai em về hồi nào? Chị không ngờ có ngày gặp lại hai em"*. Chị hỏi thăm rất nhiều về Thiên Kim, vì Thiên Kim lớn lên trong căn nhà của chị. Nhìn chị ngồi trên xe lăn thấy thương chị quá. Tôi ước gì có một phép màu làm cho đôi chân của chị bình thường trở lại. Nhớ lại tai nạn đã xảy ra cho Cúc Hoa hồi tháng ba năm ngoái, tôi nghĩ mình vẫn còn may mắn. Từ sự may mắn đó, chúng tôi thấy mình cần phải chia sẻ nhiều hơn những bất hạnh của người khác, nhất là bạn bè và người thân của mình. Chia tay chị mà lòng buồn vời vợi. Lên xe rồi vẫn ngoái đầu nhìn lại. Chị ngồi trên xe lăn, vẫy tay, nước mắt lưng tròng.

Những ngày tiếp theo, chúng tôi tiếp tục lang thang cùng khói cùng sương cùng núi đồi Đà Lạt. Ngày của chúng tôi bắt đầu bằng chỗ ngồi ở cà phê Tùng, sau đó vòng xuống bờ hồ, rồi tiếp tục đi. Đi đâu cũng được, miễn là Đà Lạt.

Chúng tôi tìm đến những con đường mà hồi đó có nhiều kỷ niệm: Duy Tân, Minh Mạng, Yersin, Phan Đình Phùng... Phan Đình Phùng là con đường chúng tôi nhớ nhiều nhất. Đường này song song với đường Hai Bà Trưng. Từ nhà Cúc Hoa sang đây có một lối đi tắt rất gần, và tôi thường đón Cúc Hoa ở đó.

Chúng tôi chỉ có một tuần ở Đà Lạt nên Đà Lạt rất gần mà cũng rất xa. Chúng tôi nâng niu từng ngày còn lại, cứ sợ ngày sẽ qua mau. Chúng tôi đi bộ nhiều, lên những bậc tam cấp rất cao nhưng Cúc Hoa không thấy mệt, dấu hiệu cho thấy sức khỏe đã khá ổn định. Đây là điều tôi mừng nhất. Chúng tôi đã tìm lại được những thứ cần phải tìm, đi được những nơi cần phải đi, đến được những nơi cần phải đến, thăm được những người cần phải thăm.

Giờ thì đã đến lúc phải chia tay Đà Lạt. Chia tay những con đường in dấu chân xưa . Chia tay rừng thông và cỏ cây sương khói. Chia tay mây trời và gió núi Langbiang. Mong bình yên đến với Kim Huê và những người ở lại. Mong một ngày về dù chưa biết khi nào.

Xe xuống đèo Prenn. Đà Lạt lùi dần về phía sau. Trong tôi bồi hồi một cảm xúc buồn vui lẫn lộn, còn Cúc Hoa thì mơ màng nhìn qua cửa xe, mắt đỏ hoe. Chợt nhớ hai câu thơ của Trần Hoài Thư.

khi về biết chở gì theo.
chở theo vạt nắng trên đèo vào xe

Ừ, thì chở theo chút nắng vàng của Đà Lạt về nơi viễn xứ, sưởi ấm lòng mình trong những ngày tháng tha phương...

PHẠM CAO HOÀNG
Virginia, 2012

PHẦN 4

NHẠC PHẠM CAO HOÀNG

Phạm Cao Hoàng - Ảnh Minh Lân (1999)

Trở Về Mái Trường Xưa

Slow rock

Nhạc & Lời: Phạm Cao Hoàng

Gửi Em Đà Lạt

Nhạc & Lời: Phạm Cao Hoàng

CHIỀU NEW DELHI

Slow Surf

Nhạc & Lời: Phạm Cao Hoàng

ÂM THANH VÀ NỖI NHỚ

Nhạc & Lời: Phạm Cao Hoàng

Nhớ Biển

Nhạc & Lời: Phạm Cao Hoàng

PHẦN 5

VIẾT VỀ PHẠM CAO HOÀNG

Phạm Cao Hoàng - Ảnh Cúc Hoa, Đà Lạt, 2016

ĐINH CƯỜNG
NHỮNG BÀI THƠ CHO PHẠM CAO HOÀNG

Đinh Cường và Phạm Cao Hoàng, Virginia, 4.2011

MỘT NGÀY TUYẾT KHÔNG NHIỀU
tặng Phạm Cao Hoàng

Có thể một ngày tuyết không nhiều
nhưng cũng trắng xóa trước sân nhà
trắng mấy cành cây dogwood
thỉnh thoảng nghe tiếng chim kêu xa

gió cũng không nhiều trên rừng chiều
lạ, sao cứ nghe tiếng còi tàu là buồn
là nhớ con tàu đi đường dốc răng cưa
từ Krong Pha Đơn Dương qua Eo Gió
qua Trạm Hành đến nhà ga Đà Lạt

Trạm Hành ngày tháng sương mù (*)
Phạm Cao Hoàng người thi sĩ ấy
luôn nhắc nhớ ngồi ở Trạm Hành
nhìn sang núi đồi bên phía Lạc Lâm

ôi Lạc Lâm một thời tôi đến đó
nhớ giàn su xanh trĩu trái sang mùa
sáng vào Kado trồng mấy rẫy hành tây
chiều về mù mịt mưa nghe vượn hú

ôi thương quá mấy con bò đang ngủ
tiếng xe ngựa thồ bánh vỏ xe hơi
tiếng xe ngựa thồ mất hút về đâu
sao ngày tuyết rơi trắng nhớ con tàu ...

Virginia, ngày tuyết rơi, 6 March 2013

[*] đọc trên blog Phạm Cao Hoàng

Đoạn Ghi Khi Đọc Bài Lục Bát Của Phạm Cao Hoàng (*)

Chiều vang xa tiếng quạ
rừng khô cây đứng trơ
suối cạn dòng sỏi lạnh
người đi trong mưa thưa

ngày này chị khổ nạn
hai năm mà như mơ
nhớ lần đến thăm chị
chị đứng ngồi khó khăn

bình hoa vàng tươi nở
như thầm thì cúc hoa
như quỳ rừng đà lạt
bao năm xa nhớ nhà

chiều tôi về tiếng quạ
oác oác giọng kêu khàn
tiếng kêu đầy mãnh lực
niềm vui anh chứa chan...

Virginia, March 17, 2013

(*) Bài NGÀY TÔI TRỞ LẠI MIỀN ĐÔNG.

ĐÊM NÀO

Nhà ở đường Ngựa Ô
đêm nào ngồi uống rượu
nhớ một bình hoa vàng
nhớ giọng nói chị Yến (*)

nay về rừng Scibilia
mướt xanh một đồng cỏ
con đường mòn sau xóm
bóng người đi như tranh

những bức tranh ấn tượng
mây và nhiều mây bay
nhìn mây mà nhớ nắng
nắng trên đồi Golgotha

nhà ở đường Ngựa Ô
bạn đi mà nhớ thế
đã làm hai bài thơ
ấm thêm tình bè bạn

tôi rời xa Lạc Lâm
năm mươi năm còn gì
một chút tình thơ dại
đốm lửa nào bay đi...

Virginia, 4 August 2014

(*) Nguyễn Ngọc Yến, người bạn đời của nhà văn Trần Hoài Thư.

Làm Sao Không Nhớ

Gởi chị Cúc Hoa và Phạm Cao Hoàng

Trưa nắng đi ra ngoài
hít thở. đi chút nữa
qua ngọn đồi thông
dừng lại. đứng nhớ
những đồi trà xanh B'lao
mây thấp xuống
ôi miền đồi núi
đi không xa là đến Đà Lạt

Đà Lạt của Cúc Hoa
Phạm Cao Hoàng
Nguyễn Xuân Thiệp
và chị Dung đã mất
Tôn Nữ Kim Phượng đã mất
và tôi nữa và còn nhiều bè bạn
qua một thời đầy sương mù
đi lên đi xuống mấy con dốc
một thời sao mà êm đềm

làm sao tôi không nhớ
chiều hôm Noël
khai mạc phòng tranh
tại Alliance Française
phòng tranh ấm cúng
không khí Tây phương
nói dăm câu tiếng Tây
cùng những người bạn Pháp
Pauline, Christian Cauro...
nay Christian Cauro đã mất

nhớ Trung Tá Trần Văn Phấn
lúc ấy làm Thị Trưởng
đến cắt băng khai mạc
Khánh Ly đưa khay đựng kéo
nay Trung Tá Phấn ở Centreville
gần nhà tôi và ông nằm bệnh

nhà chị Cúc Hoa còn
ở dưới đường Hai Bà Trưng
nhìn lên đồi Domaine de Marie
căn phòng tôi thuê nơi biệt thự
của bà Nghiêng
nơi con đường Rose
nay biến thành công sở lớn

chỉ có nhà thờ Con Gà
thì mãi còn đó ở ngã ba đường
nhìn xuống con dốc
phía bên này xưa có bến xe Minh Trung
ôi những chiếc Traction đen
có khi sáng sớm lên tối về lại Sài Gòn
cứ như thế một thời lên về Đà Lạt
không kể những tháng năm
về nơi heo hút Lạc Lâm – Dran
mà mây núi cứ lùa qua cửa sổ
Trịnh Công Sơn và tôi chỉ ngồi im
khi bạn từ B'lao về thăm...

trưa nay có nắng đi bộ
qua ngồi nơi góc quen
nhìn khu chợ giăng hoa Giáng Sinh
mà nhớ một mùa Noël đã nửa thế kỷ

trên cao nguyên mướt xanh đầy mộng mị ...

Virginia, 15.12.2914

Cúc Hoa, thời Domaine de Marie Đà Lạt
Tranh Đinh Cường (2015)

Đêm Trở Lại Dran

tặng Phạm Cao Hoàng,
một thời dạy học ở Trạm Hành

Đêm trở lại Dran phố chợ lên đèn
rừng thông đứng ngóng mây về che phủ
vườn su xanh đâu không thấy
vườn su xanh và Th. buồn thiu

ngang qua Lạc Lâm một thời rẫy bái
đồi Golgotha thánh giá trắng trên cao
tháng mười một gió từng cơn lạnh
trời xanh đen ửng rạng mấy vì sao

mấy mươi năm dấu ngựa thồ đã mất
làm sao tìm mấy bậc thềm rêu
căn nhà gỗ có người đứng ngóng
gã thanh niên lang bạt kỳ hồ

đêm qua đèo Dran ngang ga Đa Thọ
ngọn đèn bão nào đốm sáng âm u
ôi một thời đường xe lửa răng cưa
tiếng rít sắt cuối cùng và nụ hôn rừng núi...

Virginia, 16 THÁNG 12.2013

Chân Dung Người Luôn Đội Mũ

Có những người sao cứ lo cho bạn
như Phạm Cao Hoàng, lo lay out
phần ruột. còn nắn nót lo trình bày
bìa tập thơ đẹp sang trọng
cho Nguyễn Dương Quang
lo cho người bạn này cũng phải
người bạn đã hết lòng cùng thơ

nhớ người bạn một thời có bài
đêm cuối năm viết cho má rất hay
mà ai nhắc đến mẹ là tôi cảm động
tháng mười năm nay tôi chưa về thăm
Salt Lake City nơi mẹ tôi nằm
nghĩa trang đã bắt đầu tuyết phủ

nơi đây tôi gặp người bạn luôn đội mũ
nét mặt đăm chiêu mà tốt vô cùng
có lẽ cũng từ một miền quê êm đềm lắm
nuôi con người luôn sống bao dung...

Virginia, 10 December 2014

NGƯỜI ĐỘI NŨ – Tranh Đinh Cường (2014)

ĐỖ XUÂN TÊ

SỐ PHẬN VẪN MỈM CƯỜI VỚI HOÀNG VÀ HOA

Nhà văn Đỗ Xuân Tê

Nhắc đến Phạm Cao Hoàng, người ta chỉ nghĩ anh là nhà thơ, một cây bút đã sáng tác nhiều bài thơ trữ tình.

Từ tuổi hai mươi anh đã có thơ đóng góp trên các tạp chí văn học ở Sài Gòn, đáng chú ý ngoài Bách Khoa và Văn, Ý Thức và Khởi Hành, tên anh đã xuất hiện như một nhà thơ 'trẻ', có bài thường xuyên đăng trên tạp chí Vấn Đề, nơi qui tụ nhiều nhà văn nhà thơ chính trị gia tên tuổi do Mai Thảo và Vũ Khắc Khoan chủ biên hồi cuối thập niên 60.

Sau 75, Phạm Cao Hoàng trải qua nhưng tháng năm bầm dập về sinh kế và gần hai thập niên trở lại đây khi ra được hải ngoại, dù vẫn làm việc full time, anh đã có cơ may sáng tác lại, vẫn phong độ, tài hoa, có khi già dặn hơn, có tác phẩm phát hành và là một trong số hiếm hoi các cây bút cùng thời với anh còn đam mê chữ nghĩa khi tạo ra một sân chơi văn nghệ trên Blog cùng tên (PCH), một trang văn học nặng về chất thơ từ nội dung đến minh họa, mời gọi được nhiều cây bút hải ngoại cũ, mới tham gia trao đổi trong tình văn nghệ và tương kính giữa những người cùng yêu văn học và có lòng với nghệ thuật trong cảnh xa quê hương.

Tôi đến với anh cũng qua trang mạng này dù đã đọc thơ anh từ những ngày Sài Gòn vang bóng. Nếu Trần Hoài Thư, nặng về văn, người đồng hành với anh cũng được các chủ biên đàn anh ưu ái, thì Phạm Cao Hoàng, chuyên về thơ cũng đem thơ mình trải rộng trên các trang thơ, đưa đẩy thế nào mà hai cây bút 'trẻ' triển vọng một thời vẫn còn duyên văn nghệ gắn bó ở tuổi cuối đời, kể cả tác phẩm của Phạm Cao Hoàng lại được Trần Hoài Thư in ấn, tình bạn đậm đà thể hiện rõ nét qua chuyến đi thăm Trần Hoài Thư và Nguyễn Ngọc Yến. Tạp bút này được chọn in trong cuốn sách tôi đang xem, không phải là MÂY KHÓI QUÊ NHÀ (tập thơ mới nhất cùng tác giả) mà lại là liên khúc vừa Truyện và Tạp bút trong một tác phẩm anh viết - theo tôi hiểu - chủ yếu là món quà cho người tình cũng là người vợ của anh, Cúc Hoa, sau một chuyện không may nhưng hồi phục diệu kỳ cách đây ba, bốn năm.

Vậy, tập truyện *MƠ CÙNG TÔI GIẤC MƠ ĐÀ LẠT* có gì lạ?

Nhiều bạn văn của anh, đã viết khá trân trọng để giới thiệu tác phẩm này, tôi có đọc. Thật sự trong đó cũng có một số bài được gom góp lại từ những lần xuất hiện trên các diễn đàn, kể cả blog của anh. Nên có gì lạ thì chưa hẳn đã lạ, nếu lạ là khi nhà thơ viết văn, và về khía cạnh này, Phạm Cao Hoàng cũng là cây viết đáng nể.

Tôi không đề cập đến văn phong, trong sáng hay mộc mạc, lãng mạn hay chua cay, chỉ biết viết khá hấp dẫn, lôi cuốn qua các chuyện kể mang tính ký sự, hồi tưởng nhiều hơn là truyện ngắn nặng chất văn học, hư cấu; mang tính tự sự chuyện mình nhiều hơn là chuyện người, chuyện đời. Cũng lạ đời ít có tác giả nào viết rồi lại chú thích thêm, "truyện thật của tác giả". Tôi cũng hay viết truyện và hay dùng ngôi thứ nhất là ‘"tôi" để hàm ý có dính dấp đến… tôi, nhưng thật thà đôn hậu như Phạm Cao Hoàng thì xin chào thua. Cũng vì đặc điểm bên lề này mà tôi có lần email cho nhà thơ khi nhận được sách tặng.

… Cảm tưởng đầu tiên là sách in quá đẹp, trang nhã, mát mắt. Rất vui và sẽ đọc trong tình mến mộ một nhà văn/nhà thơ thân quen qua một tác phẩm rất đỗi riêng tư nhưng không ngại đem chia sẻ cùng bạn đọc bốn phương.

Sách gồm bốn truyện,
Mỗi người chia nhau một chút khổ
Đã ba năm mình không có tết
Mơ cùng tôi giấc mơ Đà Lạt (làm tựa cho sách)
Về chốn cũ

được in ở phần đầu, trước khi sang phần hai của liên khúc gồm 11 Tạp bút trong toàn bộ tác phẩm mà lần đầu Phạm Cao Hoàng cho in dưới dạng văn xuôi.

Hồi nhỏ tôi hay đọc truyện Phạm Công - Cúc Hoa, nay ở tuổi về chiều lại được quen Phạm Công - Cúc Hoa (hình như tên thật Phạm Cao Hoàng là Phạm Công), phải nhìn nhận cặp đôi này có một chuyện tình đẹp, được thử thách qua thời gian, được chứng nghiệm qua cuộc sống, bền bỉ ở tuổi về chiều, thậm chí lúc qua cơn thập tử nhất sinh, ấn tượng lãng mạn của cuộc tình vẫn còn vang vọng khi người vợ âu yếm đề nghị người chồng hát cho mình bản nhạc dấu ấn của tình yêu, mà trong truyện Mơ cùng tôi...anh đã tỉ mỉ kể lại. Một khúc nhạc anh tự sáng tác với phần ca từ và tựa đề *Gửi Em, Đà Lạt* như chứng tích của những ngày đầu mới quen nhau nơi thành phố sương mù và cũng là địa danh hình thành và lưu dấu biết bao cuộc tình đầu đời của tuổi trẻ miền Nam.

Chuyện kể lại, có sao thuật vậy, ở một căn phòng hậu giải phẫu,
- Em nhớ Đà Lạt. Mai mốt lành bệnh anh đi với em về Đà Lạt anh nhé.
- Ừ, anh sẽ đi với em. Sao em lại nghĩ về Đà Lạt trong lúc này?
-Thật ra, không phải lúc này, mà lúc nào em cũng nghĩ về Đà Lạt. Em tìm thấy sự bình yên ở đó.
- Anh cũng nghĩ như em.
- Anh ơi. Anh hát em nghe bài GỬI EM, ĐÀ LẠT đi.

Rồi anh hát và không ngạc nhiên về điều này khi Cúc Hoa *"vẫn là một Cúc Hoa đầy chất lãng mạn trong bất cứ hoàn cảnh nào"*. Yêu Đà Lạt đến thế, lãng mạn đến thế, chỉ có ở Phạm Cao Hoàng và Cúc Hoa.

Cũng với tình bạn đáng quí, trong dịp qua thăm sau đó, họa sĩ Nguyễn Trọng Khôi đã làm nhanh một DVD có ca khúc này do Ngọc Phong hát, anh tự hòa âm và thu âm, trên đĩa có thu hình của Cúc Hoa, làm cho chị xúc động đến nghẹn ngào và anh thì cảm nhận, *"hình như có sợi dây tình cảm thiêng liêng nối tấm lòng của những người bạn văn nghệ lại với nhau"*.

Trở lại Đà Lạt, ai lên xứ hoa đào, dừng chân..., qua ca khúc của Hoàng Nguyên, tôi cũng có nhiều kỷ niệm với thành phố này, nên tò mò xem Phạm Cao Hoàng viết gì về giấc mơ của anh. Sự đồng cảm về một nơi chốn tôi đã đi qua và dừng chân vỏn vẹn 5 tháng qua một khóa tu nghiệp tại một quân trường gần khu Chi Lăng vào đầu thập niên 70 đã giúp tôi cùng anh mơ "Về Chốn Cũ" từ thuở, *Mơ cùng tôi nhé, Cúc Hoa / giấc mơ Đà Lạt thời chưa biết buồn* (cũng là hai câu thơ đề dưới bức họa chân dung Cúc Hoa do họa sĩ Đinh Cường vẽ được dùng làm bìa cho sách), để lại thấy Đà Lạt với những địa danh quen thuộc, những nơi chốn nên thơ, những tình cảm khó quên, những bạn bè xưa cũ, những dấu tích tình yêu, những không gian ấm cúng, những khắc khoải đợi chờ, những chia tay mất mát... còn và còn nhiều nữa.

Anh viết cho mình và người mình yêu, nhưng gợi nhớ cho nhiều người, nhiều cuộc tình. Anh viết một mạch không nghỉ, như để cảm xúc trào ra tự nhiên, ký ức được dịp trỗi dậy, hiện hình, chính vậy mà văn anh lôi cuốn. Chưa kể qua góc nhìn của một nhà thơ, một nhà nhiếp ảnh, một nghệ sĩ biết hát và viết nhạc, Phạm Cao Hoàng đủ sức dẫn dắt độc giả mơ cùng anh giấc mơ Đà Lạt.

Riêng tôi dù không được lãng mạn như anh nhưng những ngày tạm trú trên thành phố yên bình đã để lại trong tôi nhiều kỷ niệm đẹp về hoa và nắng cao nguyên, cà-phê Tùng, những quán ăn đêm trên vỉa hè, mặt hồ Thủy Tạ, dòng thác Prenn, những tà áo dài Bùi Thị Xuân, những khuôn mặt nghệ sĩ đặc trưng, đường Phan Đình Phùng, gác chuông nhà thờ Con Gà, con đèo đổ xuống Liên Khương.

Và 45 năm sau chưa có dịp quay về, tôi thực sự bâng khuâng khi nghe Phạm Cao Hoàng và chị Cúc Hoa tiếc nuối sau những ngày ngắn ngủi trở Về Chốn Cũ lại thêm một lần, phải:

Chia tay những con đường in dấu chân xưa.
Chia tay rừng thông và cỏ cây sương khói.
Chia tay mây trời và gió núi Langbiang.

Anh nhớ hai câu thơ của Trần Hoài Thư cũng người gốc Đà Lạt, vội chở theo vạt nắng vàng khi xe đổ đèo Prenn xuống phi trường Liên Khương để đưa "hai số phận một cuộc tình" quay lại sống những ngày nơi xứ lạnh tình nồng bên cánh rừng Scibilia.

Theo tôi, chuyến trở về để nhớ lại những ngày Gửi Em, Đà Lạt, một DVD của bạn bè, một bức tranh Cúc Hoa thuở chưa biết buồn của một nghệ sĩ lớn và cũng là người bạn thân thiết, một cuốn sách nhỏ ấp ôm kỷ niệm, đầy ngôn từ trân qúi quê hương, gia đình, tình yêu, tình bạn...quá đủ cho hai tâm hồn vừa yêu và được yêu, quá vui để nhìn lại đời mình, số phận vẫn mỉm cười với Hoàng và Hoa.

ĐỖ XUÂN TÊ

California,15.3.2015

CAO THOẠI CHÂU

PHẠM CAO HOÀNG, ĐẲNG CẤP THI SĨ

Cao Thoại Châu và Phạm Cao Hoàng – Sài Gòn, 2012

Như một lần cháy nhà (hoặc bị sóng thần hay động đất), những sách báo ky cóp được trong bao nhiêu năm đã ra tro bụi hết. Lần ấy xảy ra vào năm 1975, mà sau này tôi vẫn tự trách là đã quá buông xuôi trước thời cuộc. Có cả những cuốn vở ghi chép về mối quan hệ của mình với văn chương, môt bài thơ hay của một tác giả nào đó mà không cần quen hay lạ, và nhiều khi một ngày bất ngờ trở thành một ngày vui khi trên báo có một bút danh mới thấy lần đầu làm cho tôi vơi bớt nỗi cô đơn trong sự viết lách mê mải nhưng vốn không có mối quan hệ phường hội nào với các tờ báo đăng bài của mình.

Nhớ có một lúc trong cuốn vở học trò rộ lên những cái tên Luân Hoán, Thành Tôn, Trần Hoài Thư, Mường Mán, Lâm Hảo Dũng, Nguyễn Phan Thịnh, Phan Thảo Trang, Lâm Chương...là những người mới thoáng biết nhưng dường như đã quen từ kiếp nào, mà sau đấy cũng không nhất thiết phải cómột sự kết giao nào. Nói không ngoa, những cây bút ấn tượng thuộc thế hệ làm thơ chúng tôi không vắng ai trong cuốn vở đó, và khi lịch sử sang trang thật không ngờ nó đã tan theo những sách báo trong cuộc cháy nhân tạo nói trên. Phạm Cao Hoàng cũng cháy trong cuốn vở đó cùng với những dòng ghi theo cảm xúc của một người làm thơ mong mà không đợi một bến đậu, ngoài cái bến nanh nọc là sự buồn bã y như đã hoá thạch.

Lúc ấy chúng tôi có một chút chênh lệch tuổi tác nhưng cùng một thế hệ ở thành thị miền nam trong một dòng chảy nghiệt ngã, cùng chia sẻ với nhau về cuộc chiến lù lù trước mặt, những cuộc tình vì nó mà dang dở và một cái "án trời hành" là viết.

Hơn 30 năm qua rồi, bao nhiêu là cơn bão khô tràn qua rắc cát vào trí nhớ, không còn nhớ đã ghi gì về Phạm Cao Hoàng, nhưng không quên đó là một cảm nhận rằng **người đồng nghiệp này sẽ đi xa, khá xa trên con đường viết lách**, được ghi vào ngày thấy tên người xuất hiện trên báo. Và lúc này đây, mường tượng lại đó là những dòng ghi đầy thân thiện trong cuộc chơi càng đông càng vui. Lúc ấy tôi mới ba mươi, còn trẻ lắm nên cũng còn nhiều kiêu hãnh, nhưng thái độ của tôi là không cho mình cái quyền "phong hàm" choai, chỉ coi người đó là đồng nghiệp cho sòng phẳng cả đức khiêm tốn lẫn cái quyền được đọc thơ có tâm trạng, đằm thắm, và chân thật. Những lời ghi trong cuốn vở bạc mệnh kia đã có những cái tên mà không phải không qua sàng lọc của một người đọc thơ chuyên nghiệp là tôi.

Phải gần hai năm trước đây chúng tôi mới gặp nhau qua thế giới ảo. Và cũng như ngày xưa, ấn tượng về Phạm Cao Hoàng và thơ của người như một thứ thực phẩm vừa miếng cho khẩu vị của mình. Nhưng nay, khi ngồi viết những dòng này, băn tới khoăn lui vài ngày, đọc đi đọc lại mấy khi mà vẫn không tìm ra một câu và ý mở cửa cho bài viết. Cuối cùng thật may, tôi đã tìm được một giai điệu của ai đó. Người ta viết về Phạm Cao Hoàng, đúng ra là về thơ của người như thế này: *"Trước 1975, điểm nổi bật của thơ Phạm Cao Hoàng là những xúc động đẹp, nồng nàn, và nhẹ nhàng về những điều mà tình cảm anh nắm bắt được. Bài thơ NHỚ CÚC HOA của Phạm Cao Hoàng là một bài thơ hay, mô tả tình cảm với đất, trời, cùng nỗi cô đơn lay lắt nhẹ nhàng của **đẳng cấp thi sĩ** (Cao Thoại Châu nhấn mạnh), vốn là những tâm hồn cực kỳ mẫn cảm với đời sống"* **(Đoàn Thị Thư)**

Thì bắt đầu từ NHỚ CÚC HOA.Tìm ra một câu thơ tình nghe hay không khó, cái khó là câu đó nói thế nào chứ không phải nói cái gì.Thơ tình là một biến dạng của đời sống, là đời sống như con lật đật mượn cái bóng của tình yêu để núp vì sống thì cô đơn và nhiều sợ hãi.

đôi khi đứng bên triền đá dựng
anh hoang mang sợ núi đè mình

Một ngọn núi, một con người, hình tượng lãng mạn, mới lạ, và độc đáo. Núi như số phận đè xuống trái tim vắng chủ. Như một sự lôi kéo người tình vào bóng núi khi phải sống cô đơn.

và buồn thảm ôi những chiều lặng lẽ
núi và anh thành hai kẻ đăm chiêu

Núi có hồn, và hai người mỗi thứ đăm chiêu một lẽ.

Bốn câu thơ trích trên hay quá sức. Người con gái nào kia không những chỉ nhận ra vai vế của mình trong lòng chàng, mà còn cảm nhận nỗi bơ vơ của một người đang có tâm trạng. **Người làm thơ nào cũng có thể giãi bày tâm trạng, nhưng giãi bày thành thơ nhiều cảm xúc như thế thì không nhiều. Đấy là *"đẳng cấp thi sĩ"*.**

Thơ tình là một mảng bè mà tác giả của nó co ro ngồi trên đó như một kẻ sa cơ lỡ vận trắng tay trước một mối tình đã đi không quên để lại một mớ gian truân khổ ải cho người ngồi trên mảng bè. Cho nên thơ tình là thơ hay nhất trong cõi nhân sinh này. Phạm Cao Hoàng có những câu thơ bi thiết mà tráng lệ:

nhớ gì không hỡi con đường lá ướt
chiều thôi mưa anh đợi em về

Mất nhau rồi không còn ai để đợi, đành cứ mẫn cán mà đợi chính mình.

Thi sĩ có mấy ai không buồn, nhưng có lẽ nên buồn như GÃ HÀN SĨ ẤY LẠI RA ĐI:

ta đi, thôi nhé, ta đi nhé
đưa tay ngắt một cánh hoa quì
nghe dòng lệ ứa trong đôi mắt
chào quê nhà nhé, thôi ta đi

Một thứ buồn đầy tính cách điệu, ra đi dửng dưng mà đầy lưu luyến. Buồn, nhưng phải làm ra lẽ một câu thơ hay.

Chúng tôi làm thơ trong thời chiến tranh buồn bã, và Phạm Cao Hoàng đã làm tôi nhớ lại năm 1973. Lúc ấy tôi cũng sợ lãnh nguyên một trái đạn vào đầu, buồn đau nhìn những thônlàng bốc cháy, và phải đọc những bản tin hàng ngày đầy máu và nước mắt. Sửng sốt nhận ra ước mơ hòa bình thật quá dung dị (mà không được):

và có thể nào đêm nay không còn tiếng súng
không còn nghe tiếng còi hụ giới nghiêm
ba giờ sáng xuống Ngã Tư Quốc Tế
ăn một tô mì thơm ngát bình yên

Thật tuyệt vời cho tô mì ăn vào phút đầu tiên của hòa bình. Chỉ có thi sĩ mới nhận ra điều thật đơn giản nhưng tuyệt vời trong một thời kỳ bom đạn như thế.

Chiến tranh rồi cũng kết thúc. Quê nhà rồi cũng trở về:

bâng khuâng một chút vườn sau
ngậm ngùi ngõ trước lao xao nắng vàng
đã qua chưa cuộc điêu tàn
đám mây năm cũ biết tan nơi nào

Không nơi nào cả, và mây và khói. Dưới **MÂY KHÓI** kia vẫn là **QUÊ NHÀ**, vẫn là quê hương, mà quê hương bao giờ cũng là chỗ đẹp hơn cả.

CAO THOẠI CHÂU
2010

DU TỬ LÊ

PHẠM CAO HOÀNG, TIẾNG THƠ TÁCH THOÁT KHỎI MỌI TRÀO LƯU THỜI THƯỢNG

Nguyễn Thị Thanh Bình Du Tử Lê Đinh Cường Phạm Cao Hoàng
Virginia, 31.3.2013

Ngay tự đầu thập niên 1970, tiếng thơ Phạm Cao Hoàng xuất hiện trên nhiều tạp chí văn học ở miền Nam, như Văn, Văn Học, Bách Khoa, Vấn Đề... đã tạo được sự chú ý đặc biệt từ văn giới.

Với hai thi phẩm xuất bản lần lượt các năm 1972, là *"Đời Như Một Khúc Nhạc Buồn"*, rồi *"Tạ Ơn Những Giọt Sương"* năm 1974, tên tuổi Phạm Cao Hoàng trở thành một trong những thi sĩ được đông đảo độc giả thời đó yêu thích.

Không chạy theo xu hướng thời thượng ở thời điểm kể trên; thí dụ xu hướng chống chiến tranh, hay khuynh hướng mang "buồn nôn" (ảnh hưởng triết lý hiện sinh của Jean-Paul Sartre) vào văn chương. Ông cũng không cho thấy có chút ý hướng biểu diễn chữ, nghĩa một cách khinh bạc (trong khi đời thường mưu cầu chức tước), với những ý niệm triết lý xào nấu, mang đầy tính khoe khoang... "đe dọa"!

Họ Phạm lặng lẽ đem mình ra khỏi trào lưu, xốc nổi thời thế. Ông tự tin, thanh thản với những đường bay thi ca bình thường mà sâu sắc, giản dị mà cảm động, qua những chủ đề, tưởng như tầm thường mà, rất gần nhân thế; rất gần tình yêu con người và; đất nước của ông.

Với tôi, đó là chủ tâm đem vào thơ những địa danh họ Phạm đã sống, như đã từng chết trong chúng.

Với tôi. Đó là hình ảnh không thể thân thiết hơn với đấng sinh thành, với người yêu (cũng là người bạn đời "Cúc Hoa") và, với rất nhiều bằng hữu gần, xa trong đời thường của người thi sĩ, vẫn nâng niu, chữ, nghĩa, dù ở nơi chốn nào nơi xứ người...

Ở phần "Phụ Lục" cuối tuyển tập thơ mới nhất, tựa đề *"Đất Còn Thơm Mãi Mùi Hương"* do Thư Ấn Quán, in lần thứ ba, tại Hoa Kỳ, 2018, nhà văn Phạm Văn Nhàn, trong bài *"Đất và Người"*, viết: *"Gần đây, đọc được bài thơ 'Cha Tôi' của Phạm Cao Hoàng, viết về người cha đã qua đời cách đây 40 năm, tôi vô cùng xúc động.*

...

'ông qua đời khi chiến tranh kết thúc
để lại trần gian nỗi nhớ khôn nguôi
để lại đàn con trên quê hương tan tác
để lại trong tôi vết thương mang theo suốt đời.

...
bốn mươi năm rồi con vẫn nhớ, cha ơi!
ngày mùa đông cha mặc áo tơi ra ruộng
ngày nắng lửa cha gò mình đạp lúa
những sớm tinh mơ cùng đàn bò
lầm lũi đi về phía bờ mương'
(Cha Tôi, 2015)

Cũng từ quá khứ thơm nồng tình bằng hữu, tác giả Phạm Văn Nhàn viết tiếp: *"Dạo ấy, mỗi lần ghé Tuy Hòa, tôi ở lại cùng Phạm Cao Hoàng trong căn nhà nhỏ của gia đình Hoàng. Đọc bài thơ 'Cha Tôi', tôi nhớ đến ngôi nhà và hình ảnh bác trai. Bác cao, hơi gầy và da ngăm đen. Cái đen của nắng và gió, của một người nông dân thuần chất. Hiền và độ lượng. Ngôi nhà có cái chái bếp nấu ăn bằng những thanh củi. Ngôi nhà có bộ ván ngựa mà tôi và Trần Hoài Thư thường nằm ngủ...*
(...)
Và khi đọc bài thơ 'Mây Khói Quê Nhà', tôi muốn viết một chút về Phú Thứ, quê hương của Phạm Cao Hoàng [*]

...
mùi hương của đất làm con nhớ
những giọt mồ hôi những nhọc nhằn
cha đã vì con mà nhỏ xuống
cho giấc mơ đời con thêm xanh

mùi hương của đất làm con tiếc
những ngày hoa mộng thuở bình yên
nồi cá rô thơm mùi lúa mới
và tiếng cười vui của mẹ hiền"
(Mây Khói Quê Nhà, 1999)

Bài thơ làm tôi nhớ đến con đường dọc theo nương dẫn thủy nhập điền từ đập Đồng Cam về tưới tiêu cho những cánh đồng rộng lớn. Tôi đã từng đi trên con đường này. Tôi lại nhớ đến năm tháng ở trại A.30 và ngày được thả cho về trên chuyến xe lam chạy trên con đường ấy dọc theo những cánh đồng xanh màu xanh của lúa... (Đất Còn Thơm Mãi Mùi Hương, trang 103, 104, 105).

Về tình yêu nơi chốn, ngoài sinh quán Phú Thứ, thì, Đà Lạt là nơi được Phạm Cao Hoàng nhắc tới nhiều nhất. Tựa đó là tình yêu đầu tiên và cũng là cuối cùng của ông, bên cạnh tình yêu ông dành cho những nơi chốn khác:

... Tôi yêu Đà Lạt bởi có Cúc Hoa trong đó. Dường như ta nghe Phạm Cao Hoàng thì thầm như vậy. Ít người có được cái tình và những lời như tác giả 'Đất Còn Thơm Mãi Mùi Hương' nói với người bạn đời của mình. Cảm động nhất là những lúc gian nan, hoạn nạn. Như cách đây mấy năm khi Cúc Hoa phải vào nhà thương cấp cứu vì bị đụng xe, lúc trở về phải ngồi xe lăn:

> *"... em đi xe lăn mà vui*
> *lăn đi em nhé cho vơi nỗi buồn*
> *đưa em về phía con đường*
> *có con sóc nhỏ vẫn thường chào em*
> *hát em nghe bài Je t'aime*
> *kể em nghe lại chuyện tình Cúc Hoa*
> *em đi xe lăn về nhà*
> *mùa xuân nhè nhẹ bước qua bậc thềm"*
> (Đã Qua Rồi Một Mùa Đông, 2012)

Như đã nói, tình yêu nơi chốn, tựa bất cứ một thứ tình cảm nào, luôn là những ngọn lửa thương yêu bập bùng trong tâm-thức-thương-tích của một Phạm Cao Hoàng, thi sĩ.

Với tôi, nó không chỉ là vết son đậm trên dung nhan thi ca họ Phạm, mà hiểu rộng ra, đó còn là tình yêu gắn bó, bất biến giữa thi sĩ và đất nước của ông:

"... đi không phải là đi biệt xứ
thương quê nhà còn lại phía sau lưng
lại cùng em lang thang bên hồ Thạch Thảo
nói với em về một đoạn đời buồn
nói với em về những dòng sông lưu lạc
trôi về đâu rồi cũng muốn trở về nguồn."
(Trích "Chia Tay Đà Lạt", Đất Còn Thơm Mãi Mùi Hương, trang 37)

Hoặc:

"ngồi bên nhau giọt rượu cay trong mắt
ngồi bên nhau cùng nhớ một quê nhà
quê nhà thì xa mây thì bay qua
đời phiêu bạc như những đám mây trôi giạt
nhớ Ngựa Ô là nhớ những bàn tay ấm áp
tôi thương Ngựa Ô và thương bạn bè tôi."
(Trích "Thương Nhớ Ngựa Ô", Đất Còn Thơm Mãi Mùi Hương, trang 52)

Hoặc nữa:

"... bây giờ bốn mươi năm sau
tôi về, mây trắng trên đầu bay ngang
vẫn cùng em đi lang thang
vẫn yêu em đến vô vàn, biết không?
vẫn yêu Đà Lạt vô cùng"
(Trích "Chiều Đi Ngang Qua Thung Lũng Fox", Đất Còn Thơm Mãi Mùi Hương, trang 86)

Tới đây tôi xin tạm ra khỏi cõi-giới thi ca Phạm Cao Hoàng, bằng mấy câu thơ đẹp của ông, trích từ bài "Đà Lạt và Câu Chuyện về Khu Vườn Thi Sĩ":

"em mặc chiếc áo dài màu xanh của miền đồi núi
đôi mắt hồn nhiên như một bài thơ tình
(...)

tôi gọi đó là Vườn Thi Sĩ
em gật đầu cười rất nhẹ:
'em sẽ ở cùng anh trong khu vườn đó'
và bàn tay tôi vừa chạm tim em."

DU TỬ LÊ
California, 12.2018

ELENA PUCILLO TRUONG

Phạm Cao Hoàng, Người Lưu Giữ Yêu Thương

Elena (Thứ tư, từ trái) – Phạm Cao Hoàng (Thứ nhất, từ phải)
Maryland, 27.10.2015

Buổi sáng hôm ấy chúng tôi rất mệt sau một chuyến đi dài, từ Los Angeles đến Washington. Chúng tôi ngủ rất ít vì trên chuyến bay nội địa của American Airlines ngồi hay nằm đều không thoải mái. Ở các sân bay, từ San José đến Los Angeles chúng tôi phải đi bộ qua nhiều chặng dài, kéo theo hành lý và lên xuống rất nhiều cầu thang. Chỉ sau khi liên lạc được với người bạn đến đón thì chúng tôi mới thở phào nhẹ nhõm.

Bầu trời màu xanh dương không một gợn mây trên đầu thủ đô nước Mỹ chào đón chúng tôi. Không khí se lạnh khi chúng tôi bước ra ngoài bãi đậu xe và đưa mắt kiếm tìm người bạn. Đây rồi, một dáng người dong dỏng cao đang từ bãi xe đi tới. Chiếc mũ beret trên đầu, mắt kính trắng và trên người anh có chiếc áo khoác màu nâu nhạt để che cái lạnh đầu thu.

Dù xung quanh không khí se lạnh nhưng trên khuôn mặt của Phạm Cao Hoàng đang nở một nụ cười thật nồng ấm. Gặp nhau rồi, mừng quá! Thật không thể nào vui hơn khi thấy Nguyên Minh như biến mất trong vòng tay ấm áp và thân thương của Phạm Cao Hoàng.

Đó chắc chắn là lời chào mừng ấm áp và tuyệt vời nhất! Bao nhiêu điều cần phải kể cho nhau nghe về những cuộc phiêu lưu mới xảy ra của Nguyên Minh: Một nhân viên hải quan Mỹ thấy anh nhỏ con mà kéo theo chiếc va ly khá nặng nên sinh nghi và chặn lại. Buộc anh phải mở ra và đứng nép qua một bên.

Tôi phải vào cuộc để can thiệp, giải thích là trong đó chỉ có sách, mà...văn hóa thì nặng lắm. Tất cả đoàn chúng tôi chỉ mang theo một ít quần áo còn toàn bộ là những số Quán Văn đem từ VN qua tặng bạn bè vùng Washington. Giờ nhớ đến đôi mắt tròn xoe, mồm ha hốc của anh nhân viên hải quan Mỹ, chúng tôi vẫn còn cười.

Ngồi trên xe chúng tôi liền hỏi thăm các bạn và muốn biết khi nào thì có thể gặp nhau.

Những người bạn đó là Nguyễn Minh Nữu vì theo chương trình thì cả đoàn sẽ tạm ngụ tại nhà anh. Và họa sĩ Đinh Cường, người anh lớn mà chúng tôi đã từng gặp nhiều lần qua các buổi triển lãm tranh ở Huế và Đà Lạt.

Trong những ngày lưu lại ở Virginia, Phạm Cao Hoàng và Nguyễn Minh Nữu chính là hai thiên thần hộ mạng của chúng tôi. Cả hai đều quan tâm đến từng chi tiết để chúng tôi có thể thoải mái và có những ngày vui trọn vẹn, biết và hiểu nhiều về nước Mỹ.

Xe đưa chúng tôi đến nhà PCH trước và tất cả được chị Cúc Hoa và cháu Thiên Kim chào đón bằng một nụ cười. Sáng hôm đó cả nhà đã chuẩn bị bữa điểm tâm thật chu đáo cho những bạn từ xa đến, mà đến giờ tôi vẫn còn nhớ như đang thấy trước mặt: bánh pâté chaud, kem caramel và ly cà phê bốc khói thơm ngon mà chúng tôi đang rất cần sau chuyến đi dài.

Chiều, chuyển về nhà Nguyễn Minh Nữu, chúng tôi còn được chị Mai vui mừng chào đón với một nồi phở ấm áp đượm tình bè bạn. Thật không thể có một sự chào đón nào có thể chu đáo và thân tình hơn.

Căn nhà của anh chị Nữu - Mai rất sinh động nhờ sự hiện diện của các cháu nội ngoại, nhất là Emily, một cháu bé chỉ hai tuổi rưỡi nhưng đầy năng lượng. Trước mắt tôi giờ này như vẫn còn đang thấy tấm lưng nhỏ bé và hai cái mông đáng ghét của Emily đang lúc lắc đi giật lùi hay bước vội xuống cầu thang để chạy ào tới nằm gọn trong vòng ôm của Nữu. Tai tôi vẫn còn nghe văng vẳng tiếng mắng yêu của anh "Emily phá quá!!"

Mỗi buổi sáng chồng tôi đều mở trang blog Phạm Cao Hoàng để đọc những bài thơ nhật ký và những ý nghĩ của họa sĩ Đinh Cường. Trong thời gian lưu lại Virginia anh Phạm Cao Hoàng giữ một vai trò rất đặc biệt, anh thường xuyên cập nhật về tình trạng sức khỏe của họa sĩ Đinh Cường và cũng hay nhắc về những kỷ niệm thân thương với Đinh Cường mà anh xem như một người anh.

Điều này làm tôi rất xúc động.

Gần như để chuẩn bị tinh thần cho chúng tôi, cả anh và Nữu đều nói là anh Đinh Cường không được khỏe lắm nên tất cả sẽ cùng đi thăm và gặp tại nhà anh.

Buổi sáng hôm đó khi gặp lại Đinh Cường trong tôi có một điều gì khác với mọi lần, như thể có một quầng sáng kỳ diệu và thấu cảm, như rằng anh đã hiểu vì lý do gì mà tôi đã đến đây, hiện diện ở nơi chốn xa xôi này... để sống những phút giây không bao giờ lập lại. Hình như anh Đinh Cường cũng đã bắt gặp được phút giây kỳ diệu đó nên những ngày bên nhau anh đã tạo một không khí đầy thân thương và sâu sắc giữa hai người. Mỗi ngày, anh đều viết bằng thơ những suy nghĩ ngắn về tình anh em, ghi lại những phút giây ấm cúng bên nhau hay phác họa chân dung tôi.

PCH với sự kiên nhẫn và bằng tất cả sự nhạy cảm của một nhà thơ-blogger, đã đảm nhiệm một vai trò như một "phát ngôn viên" về tình cảm và tâm trạng của anh Đinh Cường trong những ngày cuối cùng. Một sự trợ giúp quý báu cả tinh thần lẫn thể xác, thật vô cùng xúc động khi tôi nhìn thấy anh dìu DC lúc bước lên xe hơi ngày gặp gỡ cuối cùng trước cổng nhà anh lúc tiễn chúng tôi lên sân bay về lại VN.

Chuyến qua Mỹ... nhóm Quán Văn chúng tôi đã gặp rất nhiều bạn văn...chúng tôi đã trải qua nhiều giờ vui vẻ bên nhau. Ở tại nhà hoặc ở những quán ăn rất đẹp và thơ mộng. Nhưng điều thú vị nhất là chúng tôi được ôm chầm lấy nhau và mỗi ngày ai cũng đều tìm một cái cớ, bất ngờ, không dự kiến, để được ngồi gần nhau. Dĩ nhiên nơi chốn có thể rất đẹp, nhưng chỉ có những con người mới có thể mang lại cho nó một không khí thân tình và ấm áp.

Vì tất cả những cảm nhận ấy mà cuộc gặp gỡ PCH ở VN lần này đối với tôi là một niềm vui lớn và trong lúc ôm chầm lấy anh, tôi nhìn anh qua làn nước mắt vì chợt nhớ đến một người bạn chung của chúng tôi, mà với tôi là một người anh cả, giờ không còn nữa. Tôi xin cảm ơn anh, vì nhờ có lòng quý mến và kính trọng của anh với người họa sĩ tài hoa ấy, mà chúng tôi được biết và lưu giữ trong tim mình những ý nghĩ và những vần thơ viết từ trái tim anh trong những ngày cuối cùng.

ELENA PUCILLO TRUONG
Sài Gòn tháng 9- 2016
Trương Văn Dân dịch từ nguyên tác tiếng Ý

HOÀNG KIM OANH

HẠT BỤI
MỘT TRỜI ĐÔNG BẮC NHỚ THƯƠNG

Hoàng Kim Oanh (Đứng, thứ ba từ trái)
Phạm Cao Hoàng (Ngồi, thứ nhất từ phải) - Virginia, 20.10.2019

Trong Chút tình đọng lại, người đọc người nghe sẽ bắt gặp chân dung Phạm Cao Hoàng qua năm thi phẩm được sáng tác rải rác trong 20 năm trở lại đây: *Trở về mái trường xưa* (1999), *Khi dừng lại bên dòng Potomac* (2005), *Mây trắng* (2009), *Scibilia ngày cuối thu* (2014) và *Mai kia tôi là hạt bụi* (2014). Minh họa cho năm ca khúc này là 5 bức tranh cũng đầy ấn tượng của anh Trương Vũ mà tôi đã vô cùng xúc động khi mày mò tìm ẩn số...

Cảm nhận đầu tiên: bài thơ nào cũng man mác buồn. Và buồn...

Không nẫu nuột đớn đau vật vã mà lặng lẽ thấm vào mọi miền phế phủ. Tâm thức lưu lạc và trở về cứ ngưng đọng trong từng bóng chữ. Đọc lời thơ, nghe những giai điệu khi dịu dàng khi nức nở vút lên cả một trời Đông Bắc mênh mang cứ trải khắp hồn, tôi lại nhớ ngôi nhà bên dòng suối một buổi sáng mùa thu anh Nữu đưa đến vội trong sắc lá thu đang trở vàng vùng mơ mộng Virginia. Rời Việt Nam 1999, nhà thơ Phạm Cao Hoàng đã đi qua bao nhiêu giằng xé của kẻ buộc phải từ bỏ nơi chốn quê nghèo mái tranh đồng ruộng đói nghèo lam lũ có mẹ có cha gắn bó máu thịt cùng những tình thân đùm bọc náu nương. Vẫn không thôi thương nhớ đêm sương cao nguyên Đà Lạt một thời ôm giấc mộng yêu đầu cùng Cúc Hoa. Cho dù anh chị "đã đi và đã đến", đã "bên nhau thủy tận sơn cùng", đã cùng tìm thấy dòng sông bình yên cuối đời bên nhau nhưng sao chưa bao giờ hồn không khoắc khoải... Có nhiều khi Ta vẫn là Ta đó. Ta hôm nay bình yên thong dong đề huề hạnh phúc trọn đầy không cầu ước gì hơn nữa. Nhưng vẫn có một Ta nữa sao cứ chạnh lòng thương mãi một Ta những ngày xưa rất xưa. Trường xưa. Người xưa. Thơ ấu xưa. Xa quá rồi. Thất lạc thật rồi. Một quê nhà yêu dấu. Một gốc phượng già, một cây bàng xưa. Người về chẳng còn ai ngoài ký ức nức nở:

ai còn, ai đi, ai nhớ?
cuối trời hiu hắt mây bay.
(Trở về mái trường xưa)

Lưu lạc đâu chỉ có nghĩa chỉ ở không gian vật lý rời xa nơi chốn cội nguồn. Lưu lạc ngay trong chính mình. Trong nỗi đau đớn, dằn vặt của con người trong quá trình kiếm tìm hạnh phúc, kiếm tìm ý nghĩa của tồn tại và cả những gì đã mất. Thơ Phạm Cao Hoàng mang đầy những vết thương lưu lạc ấy. Tự đối thoại xoáy sâu những chấn thương tâm hồn bởi cuộc phân ly quá lớn của đất nước, bứt anh ra khỏi ruộng, khỏi đồng, khỏi núi, khỏi sông biển quê hương nặng tình cha nghĩa mẹ không sao nguôi quên, không sao đồng hóa được với hoàn cảnh mới hiện tại mà anh không phải không yêu mến để cứ đau đáu tâm thức quay về ám ảnh một kiếp tha hương. Lưu lạc cả ngay trong vô thức trở về. Bởi phía chân trời cũ yêu dấu xưa nơi được thiết tha gọi bằng hai tiếng quê nhà, nay chỉ còn:

buồn hiu hắt thương về chốn cũ
phía chân trời đã mịt mù xa"
(Khi dừng lại bên dòng Potomac)

Thời gian. Tuổi tác. Giấc mơ tâm tưởng ngày một rời tầm tay. Tôi không sao không nghẹn thắt lòng khi đọc những dòng kết này trong thơ anh:

giọt sương đọng suốt mười lăm năm
ừ, khóc đi em cho đỡ buồn
quê hương còn đó nhưng xa lắm
và biết ngày về kịp nữa không
(Scibilia, ngày cuối thu)

Ừ. Khóc đi em. Khóc đi. Ngày về. Ngày về... Quê hương còn đó. Xa lắm. Xa lắm. Và... kịp nữa không? Nguyễn Quyết Thắng đã xoáy sâu vào tâm trạng này khiến người nghe không khỏi nức nở. Thêm một *Quê hương tàn chinh chiến*. Một *Cuối năm con chim tơi tả quay về*, hay *Lối mòn trên đồi hoang* cộng hưởng cùng những dòng thơ - nhạc này sao thổn thức cả một trời khoắc khoải xót xa. "Biết ngày về kịp nữa không?". Hỏi cũng chính là đã có đáp án. Muốn trách. Muốn hận. Muốn thương. Muốn khóc...

Những dòng sông trong thơ Phạm Cao Hoàng cũng cứ thế trở đi trở lại trong tâm thức không bao giờ nguôi quên của anh. Văn hóa Đông Tây đều có sự gặp gỡ nhau ở quan niệm sông hay dòng sông là biểu tượng luân chuyển phong nhiêu của vạn vật. Sông cũng là biểu tượng của cái chết và sự đổi mới. Gaston Bachelard từng nói: "Dreaming by the river, I dedicated my imagination to water, to clear, green water, the water that makes the meadows green."(1) (Mơ mộng bên dòng sông, tôi dành trí tưởng tượng của mình cho nước, cho dòng nước trong xanh, dòng nước làm cho đồng cỏ xanh tươi). Phạm Cao Hoàng dường như không dành trí tưởng tượng mà là gửi trọn tất cả ký ức yêu thương để mơ mộng bên dòng sông hoài niệm đôi bờ quạnh hiu những nhớ, những thương nén chặt cõi lòng từ tiếng mẹ ầu ơ:

ngày đi về phía mặt trời
tôi nghe tiếng gọi của người năm xưa
và nghe tiếng mẹ ầu ơ
bên dòng sông với đôi bờ quạnh hiu
(Mây trắng)

Và cũng không ít lần, hay có thể nói là nỗi đau tưởng đã nguôi quên lại thường trực dằn vặt trong anh "một quê nhà bỏ lại sau lưng":

tôi đi và tôi đi mãi
quê nhà bỏ lại sau lưng
quê người gian nan vất vả
đường xa mây khói mịt mùng
(Mai kia tôi là hạt bụi)

Nghe đi nghe lại những bài thơ của Phạm Cao Hoàng được nhạc sĩ Nguyễn Quyết Thắng thổi buồn vào từng nốt nhạc tôi ngỡ buồn xưa về chiếm cả không gian thời gian. Thêm một cảm thức trở về. Không tơi tả mà vẫn đau đáu ngoái về...

Đâu đành lòng ly biệt. Khói ngày xưa vẫn vương. Sương ngày xưa còn đọng. "Ngày về nhớ lúc ra đi/biển gào lên khúc biệt ly sao đành" *(Mây trắng)*. Trong hồn tôi. Trong hồn em. Mãi còn đó *"Một chút mây trời Lang Bian"* thổn thức day dứt xót xa như ngày nào "những bước chân về đêm cao nguyên" *(Scibilia, ngày cuối thu)*. Thậm chí bất cứ thời gian nào trong bốn mùa trời đất, những chiều thu, hay những đầu đông... chỉ một áng mây bay vẩn vơ cùng tự nhìn thấy quanh mình đó là mây với hồn thơ nặng tình quê hương đất nước cho dù anh đã buộc phải rời xa, là cả một trời thương nhớ thắt lòng:

những chiều mùa thu lá rụng
những ngày lạnh buổi đầu đông
nhìn mây bay về cố xứ
nhớ quê hương đến thắt lòng.
(Mai kia tôi là hạt bụi)

Nỗi niềm tuyệt vọng anh chỉ còn dồn nén trong thơ, mượn thơ chuyên chở tiếng lòng khoắc khoải ôm kín niềm khát khao trở về cho dù chỉ còn là hạt bụi cuối con đường sinh tử vẫn chưa thôi khát khao lang thang bay về phía có quê nhà...

bây giờ còn mong chi nữa
tôi đi ở cuối con đường
mai kia tôi là hạt bụi
bay về phía Thái Bình Dương
(Mai kia tôi là hạt bụi)

Vâng. Chúng ta đều đang ở cuối đường...
Thơ buồn như lời từ tạ.
Nhạc trầm như nén tiếng lòng đau.
Tranh thổn thức một trời giông bão ngập hồn.

Phạm Cao Hoàng đâu chỉ nói lên nỗi đau riêng của một mình anh. Tâm thức lưu lạc và trở về đã trở thành vô thức cộng đồng ngàn đời của dân tộc Việt từ thuở hồng hoang, từ buổi mẹ về với cha, từ cuộc loạn ly một phần tư thế kỷ hãi hùng khói lửa điêu linh thất lạc cõi người...

năm tôi vừa mười một tuổi
quê tôi bom đạn tơi bời
bóng ma chiến tranh quay lại
hãi hùng ôi tuổi thơ tôi!
(Mai kia tôi là hạt bụi)

Những chấn thương cộng đồng một thời binh lửa hằn sâu trong ký ức cả dân tộc, giờ đây, qua thơ - nhạc Phạm Cao Hoàng - Nguyễn Quyết Thắng đang được tái diễn ám ảnh trong số phận cá nhân...

Với nhà thơ Phạm Cao Hoàng, tôi biết thơ trước khi biết người. Mà lại biết trong một hoàn cảnh thật buồn: Ngày đưa anh Nguyễn Bắc Sơn đến đài hóa thân ở Bà Rịa 4.8.2016. Trong khi chờ xe tang đưa anh từ Phan Thiết qua, tôi và nhà thơ Vũ Trọng Quang ngồi cà phê ở một quán cóc vắng vẻ có phần xiêu vẹo trước cổng Trung tâm hỏa thiêu. Chung quanh vẫn bạt ngàn lau lách. Trước mặt, vẫn chập chùng những đỉnh núi cao thấp. Vũ Trọng Quang tức cảnh, đọc chầm chậm hai câu thơ:

núi ngó anh và anh ngó núi
núi đụng trời, anh đụng nỗi đìu hiu.
(Nhớ Cúc Hoa)

Lúc ấy, tôi không biết đó là hai câu trong bài *Nhớ Cúc Hoa* mà tác giả viết cho người vợ, người tình trăm năm son sắt bên anh, và cũng chỉ vừa kịp biết đến tên tác giả là Phạm Cao Hoàng. Nhưng hai câu ấy lại đeo đuổi chạm vào hồn tôi, khiến tôi liên tưởng cả một trời trống vắng cô đơn chất ngất của chủ thể trữ tình mà chỉ có núi cao vút lặng yên đối diện mới sánh cùng. Lúc ấy, nghĩ đến nỗi trống vắng của văn học miền Nam từ sự ra đi của Nguyễn Bắc Sơn, của Dương Nghiễm Mậu trước đó vài ngày, tưởng như những bóng núi đã in đậm vào văn chương nước nhà nay đã mờ xa vào cát bụi. Trời đổ mưa. Trên đường về, hai câu thơ của anh dẫn tôi lan man nhớ đến một bóng núi kỳ vĩ khác - Ức Trai Nguyễn Trãi - đã nói 600 năm trước, qua thủ bút của nhà văn Dương Nghiễm Mậu: *"Nước chảy dễ gì trôi bóng núi"*.

Vâng. Nước chảy cứ chảy. Dễ gì trôi...
Một sự khẳng định nhân cách kẻ sĩ
trong ô trọc dòng đời.
Người xưa, người nay... rồi cũng đi vào cõi mộng...
Nhưng tiễn các anh đi rồi,
nhìn lại lòng nghe quá đỗi đìu hiu...

Đó là phút đầu "gặp gỡ" Phạm Cao Hoàng của tôi.

Về nhà, nỗi đìu hiu của anh vẫn không ngừng ám ảnh, tôi đã search google tên tác giả Phạm Cao Hoàng để tìm đọc toàn bài có hai câu thơ ấy. Tên bài thơ nói *"Nhớ Cúc Hoa"* mà sao tôi nghe là cả một tâm cảnh mất mát hiện sinh trong bơ vơ kiếp người:

rừng vi vút những đêm gió thổi
bóng anh chìm với bóng hư vô

trong một hiện thực nghiệt ngã, bi đát đến mức:

anh sống dở và anh chết dở
giữa núi rừng cao ngất ngàn năm.

Đem đọ lòng mình với tự nhiên, người thi sĩ ấy chả trách sao đau đáu mãi cái tôi hữu hạn trong mênh mông cao ngất ngàn năm, triệu năm... của cõi vô cùng.

Ấn tượng thứ hai của tôi là về bài *Hành phương Đông* qua giới thiệu của anh Phạm Ngọc Lư lúc anh ấy còn sinh thời khi hai anh em *chat* về *Biên cương hành*. Hành là một thể thơ cổ phong gân guốc gốc tích từ Trung Hoa, không dễ viết chút nào cả về kỹ thuật lẫn nội dung mà lâu nay hiếm người đặt bút, và thường là những bài dài hoặc... rất dài. *Hành phương Đông* của Phạm Cao Hoàng (40 khổ thơ 4 câu) có thể được coi là bài hành dài nhất [2] thi ca Việt: 160 câu. "Hành" tức là đi, nhịp đi, quân hành, diễn hành, lưu thủy hành vân..., nội dung thường chất chứa một tâm sự bi hùng, bi tráng, khí khái, khinh bạc... từ đầu đến cuối. Âm hưởng từ giọng thơ bi tráng trong *Hành phương Nam* của Nguyễn Bính, *Hành phương Đông* của Phạm Cao Hoàng ám ảnh người đọc bởi tâm thức lưu lạc của kẻ "sống nửa đời ta chẳng thấy quê hương" thất chí giữa dòng đời khi hoài bão vẫn chưa tan:

> *Hỡi ơi trời đất vô cùng rộng*
> *nào biết tìm đâu một mái nhà*
> (Hành phương Nam, Nguyễn Bính)
>
> *mây trắng quá và chiều tê tái lắm*
> *biết về đâu giữa lúc hoàng hôn phai*
> (Hành phương Đông, Phạm Cao Hoàng)

Chàng tuổi trẻ xót xa tri nhận "bụi dẫu có ngàn năm chờ đợi/cũng ngậm ngùi tan với hư không" tự ví mình như "bóng chim nào lạc cánh cuối trời xa" mà khắc khoải "đất rộng quá biết đâu là cố lý" đành chấp nhận một kết cuộc: "ta cùng ngươi quay với bóng tang thương". Khúc hành ấy Phạm Cao Hoàng viết năm 22 tuổi.

Không có ý định đi sâu vào giá trị bài *Hành phương Đông* của Phạm Cao Hoàng trong bài viết này, tôi chỉ muốn nhấn mạnh cảm nhận của tôi khi tiếp cận thơ anh. Nỗi niềm lưu lạc đã trở thành tâm thức lưu lạc hằn sâu trong các sáng tác của anh từ *Đời như một khúc nhạc buồn* (1972), *Tạ ơn những giọt sương* (1974) đến những sáng tác sau này trong *Mây khói quê nhà* (2010), *Mơ cùng tôi giấc mơ Đà Lạt* (truyện, 2013) và *Đất còn thơm mãi mùi hương* (2015). Bên cạnh đó, ngay trong các tiêu đề, tập thơ mới nhất vừa được anh tái bản, tên đất tên làng tên quê tên phố cứ bàng bạc hiện lên mặt thứ hai của cảm thức lưu lạc: khao khát trở về. Đây là hai mặt hòa quyện cho người đọc một cảm giác da diết khó tả. Có 3 không gian địa lý luôn thường trực xuất hiện dày đặc trong thơ Phạm Cao Hoàng cả trong thực lẫn mộng, trong thời gian hiện tại lẫn chiều dài nỗi nhớ: Tuy Hoà, Đà Lạt và Virginia. Nhưng hiếm có bài nào tách bạch, cứ như trong vô thức, cảm xúc của nhà thơ cứ tuôn trào "nghe mưa nơi này lại nhớ nơi xa" (TCS). Vô tình hay hữu ý, tôi cho rằng đó là đặc điểm thơ Phạm Cao Hoàng.

Ngoài tình yêu vô bờ dành cho những miền đất quê hương vương vấn và người vợ hiền yêu thương mà người đọc nào cũng đều cảm nhận cụ thể qua từng ký hiệu hình ảnh, ngôn từ, đọc 35 bài nhận định về thơ Phạm Cao Hoàng trên trang VHNT của anh, tôi vẫn thấy có một chút tâm hồn Phạm Cao Hoàng dường như còn bị lãng quên. Tôi mang mang thấy nỗi đau đớn chua chát của anh trong *Xin cho tôi được làm người Việt Nam* dù anh nhận thức rõ thân phận người Việt Nam không tự do, cũng không được tôn trọng nhân phẩm bằng con ngỗng Bắc Mỹ, chỉ một con đi lạc mà Thị trưởng mở tiệc ăn mừng khi tìm được nó trở về. Hay trong *Bò và Người*, với thủ pháp ẩn dụ và nhân hóa, tôi thấy một Phạm Cao Hoàng với bao nhiêu là dồn nén, phẫn uất trước hiện thực, trào qua từng bức tranh phi lý trong quan hệ người với người cầm thú dã man. Đàn bò tội nghiệp bị hành hạ đòn roi, lao động cật lực, vắt sữa kiệt sức... nhưng vẫn *"Đêm, chúng tôi nằm trong chuồng/mơ cùng nhau giấc mơ tự do"*...

Năm bài thơ phổ nhạc của anh trong tuyển tập *Chút tình đọng lại* chính là một phần đậm nét của tâm thức lưu lạc và khao khát trở về này trong hồn thơ Phạm Cao Hoàng đã được Nguyễn Quyết Thắng hát thành năm ca khúc nhẹ buồn, yêu thương lắng đọng mà tha thiết xót xa... Theo tôi được biết, Nguyễn Quyết Thắng đến với thơ Phạm Cao Hoàng muộn hơn so với Đoàn Văn Khánh và Nguyễn Minh Nữu - hai nhà thơ từng cùng nhạc sĩ một thời Du ca sôi nổi, một thời tuổi trẻ hoa mộng nồng nàn. Bắt đầu phổ thơ Phạm Cao Hoàng từ năm 2022, ngay sau bài đầu tiên *Khi dừng lại bên dòng Potomac*, anh đã ngỏ lời xin một tập thơ của Phạm Cao Hoàng. Tập thơ đã bật lên một tương giao đặc biệt cảm động về mối tình tuyệt đẹp thủy chung của Phạm Cao Hoàng - Cúc Hoa. Có lẽ, bởi anh thấy trong đó chính mối tình sắt son cổ tích của anh và Minh Chiến. Càng đọc, càng khám phá ra cái chất Nồng Ấm, Sâu Lắng một cách mộc mạc, Trữ Tình kín đáo mà đằm thắm thiết tha trong thơ Phạm Cao Hoàng, ngỡ như nói giùm anh những điều giấu trong tiềm thức chưa viết nên lời. Nhạc Nguyễn Quyết Thắng cũng đã thay đổi không còn các nhịp điệu dồn dập rộn ràng thời Du Ca nữa mà thiên về một cái gì nhẹ nhàng hơn, khám phá mới hơn về chất trữ tình, bàng bạc xót xa, luyến nhớ không cùng...

Lần này, nói theo Nguyễn Minh Nữu, thơ Phạm Cao Hoàng đã làm cho hồn nhạc Nguyễn Quyết Thắng nở hoa.

Ở góc độ tình thân, một trong những duyên hạnh ngộ khác với nhà thơ Phạm Cao Hoàng là cuộc gặp gỡ tình cờ năm 2016, anh chị về, tôi đã lần đầu tiên gặp anh chị cùng Vũ Trọng Quang. Những gì tôi đọc về anh qua lăng kính bạn bè hoàn toàn đúng vậy. Một nhà thơ-nhà giáo nhẹ nhàng, tinh tế, thân tình nhưng kiệm lời và có chút gì đạo mạo, chút gì xa vắng... Anh chị cũng đã đến tòa soạn Quán Văn tạm biệt anh em trước khi quay về quê hương thứ 2. Và lần đó, tôi cũng bất ngờ khi nghe anh kể về bức thư cuối cùng của anh Đinh Cường nhờ anh Nguyễn Minh Nữu mang về Sài Gòn, đó là mấy dòng trong tấm card-postal anh gửi cho tôi. Xúc động vô cùng. Vài tháng sau đó, Quán Văn số 40 ra mắt tháng 10.2016 cũng đã dành hẳn một chủ đề *Mây khói quê nhà* để giới thiệu chân dung văn học Phạm Cao Hoàng qua cái nhìn và cách cảm nhận của mười tác giả trong ngoài nước [3] được mọi người đón nhận bằng nhiều đồng cảm, trân quý.

Nghĩ về Phạm Cao Hoàng, ký ức tôi bỗng cứ kéo quay lại thước phim lần gặp gỡ tháng 10-2019 ở Virginia. Với sự ân cần chu đáo của anh và anh Nguyễn Minh Nữu cùng thịnh tình yêu mến Sài Gòn của mọi người, tôi như người em nhỏ trong vòng tay ấm áp của những anh chị tên tuổi trong giới văn chương vùng Đông Bắc. Tôi biết, đó là nhờ cái bóng của anh và anh Minh Nữu... Tôi vẫn nhớ ngôi nhà xinh xắn có dòng suối uốn quanh mà tôi đi qua nhiều con đường rợp lá vàng lá đỏ đang chuyển mùa của các con đường thu Virginia để đến. Nơi đó có nụ cười hiền của chị Cúc Hoa, có giọng nói ấm áp như tôi từng nghe lần đầu ở Sài Gòn một lần gặp chị. Chỉ ánh mắt và giọng nói ấy, tim tôi bỗng bình yên thân thiết lạ thường. Một đóa hồng vàng lẻ loi nở chếch cổng vào nhà thật dịu dàng như lời chào lặng lẽ...

Nghĩ về Phạm Cao Hoàng, tôi lại nhớ đến Trang Văn học Nghệ thuật Phạm Cao Hoàng công phu, trang nhã, tin cậy với nhiều cây bút tên tuổi và 228 tác giả trong ngoài nước, khắp các châu lục tham gia và hơn 3000 bài viết đủ thể loại là một kho tư liệu quý mà những ai muốn tìm hiểu văn học miền Nam, văn học hải ngoại đều không thể không biết. Công phu và tâm huyết biết bao để duy trì kho sách mở tuyệt vời này. Và kết những dòng này, tôi muốn nói về một điều rất nhỏ mà ý nghĩa lại vô cùng.

Trang Web anh làm chủ nhưng những vị trí trang trọng nhất anh có ô riêng cho những Đinh Cường, Trương Vũ, Ngô Thế Vinh, Thân Trọng Sơn... - những người bạn mà anh quý trọng mến thương cả đức cả tài; tiếp đến các tác giả khác (228 vị), rồi mới đến ba chữ viết tắt tên anh PCH nhỏ xíu ở vị trí cuối cùng khiêm tốn nhất trên trang chủ mà những ai lần đầu, vô tình, có thể lướt qua...

Người Nhật Bản có một câu thành ngữ dân gian rất ý nghĩa: "Bông lúa chín là bông lúa cúi đầu". Bông lúa càng trĩu hạt bao nhiêu sẽ càng cúi đầu thấp bấy nhiêu. Xúc động. Cái góc nhỏ khiêm nhường ba chữ PCH trên trang web của anh thật đẹp, thật đáng để tôi ngưỡng mộ, trân quý cúi đầu...

HOÀNG KIM OANH
Sài Gòn, 30.7.2023

(1) https://quotefancy.com/quote/1077271/Gaston-Bachelard-Dreaming-by-the-river-I-dedicated-my-imagination-to-water-to-clear-green.

(2) Ngắn nhất là Tống biệt hành của Thâm Tâm (22 câu), Khúc Nam hành của Tường Linh (32 câu - 8khổ) Hành phương Nam của Nguyễn Bính (40 câu), Nước mặn của Viên Linh (52 câu), Biên cương hành của Phạm Ngọc Lư (66 câu), Trường Sa hành của Tô Thuỳ Yên (64 câu). (hko).

(3) Có thể đọc 10 tư liệu này trong 35 bài hiện đã cập nhật trên trang VHNT Phạm Cao Hoàng.

HỒ ĐÌNH NGHIÊM
ĐẤT HOÀNG THỔ

Nhà văn Hồ Đình Nghiêm

Làm thơ đã lâu, tháng năm tôi còn ngồi ghế nhà trường chưa xong bậc trung học. Tập thơ đầu của anh xuất bản vào năm 1972.

Quê nhà Tuy Hòa và "Đời Như Một Khúc Nhạc Buồn" đã trỗi lên, mang anh phiêu bồng sang tới vùng Virginia xa khuất. Địa phận này tôi tự đặt tên riêng: Vùng đất kỷ niệm.

Ngày cũ nhỏ nhít, tôi đi không nhiều. Huế, Đà Nẵng, Tuy Hòa, Nha Trang, Đà Lạt, Sài Gòn. Để lại sau lưng sáu (6) thành phố yêu kiều mệnh bạc ấy, nên giờ đây muốn ôn lại hình bóng cũ, hồi tưởng thời vàng son đã vuột mất thì có một nơi không đâu mang đủ lực đẩy cho bằng khu vực Virginia, chốn chập chùng cây xanh bóng mát có gia đình anh chị tôi đến định cư.

Thời làm học trò vụng dại ở Tuy Hòa, ở Đà Lạt, tôi chưa có duyên gặp anh, hai nơi mà anh nào khác gì là thổ địa. Đợi lớn lên, tuy còn vụng dại để bước vào con đường thơ văn anh từng dẫm chân, bấy giờ tôi mới được gặp, được bắt tay người mang tên Phạm Cao Hoàng ở Virginia một hôm trời buồn trời trở rét trời xám ngoét trời xúi lạnh lòng. Nếu có chút gì chợt dấy lên, gây nhiệt làm ấm thì e rằng đó là tôi kịp hay ra, trong muộn màng, Phạm Cao Hoàng là một nhà thơ.

Hiền lành, điềm đạm, ít nói, giọng trầm ấm, chữ viết đẹp, và lạ lùng thay trong các buổi quây quần cùng bè bạn sinh hoạt trong lãnh vực văn học khác vùng miền vừa hội tụ, tôi vẫn luôn an tâm ngồi kề bên một người có vóc vạc khá lớn con ấy. Tôi thực sự bất bình nếu có ai mượn cổ thi ra để bảo "gần trong gang tấc mà xa nghìn trùng". Ngồi với nhà thơ Phạm Cao Hoàng tôi nghiệm thấy ở gang tấc này sẽ mãi là một vai đâu vai, như Tuy Hòa vốn giao duyên cùng Đà Lạt mà nghìn trùng, nếu có, chỉ là khoảng cách do địa lý mang lại thôi. Montréal và Virginia với tôi muôn năm là gang tấc, bởi nếu xa xôi bạn chẳng tài nào đón nhận được những hơi ấm lây lan dồn qua, gửi sang.

Tôi ao ước được hóa thân làm hương mùi cà phê lẩn trốn trong thơ anh:

> *"Cám ơn những sáng êm đềm*
> *khói cà phê quyện bên hiên nhà mình".*

Có người từng nói (và tôi đặt lòng tin vào): Làm thơ chỉ để gửi cho đời chút hương!

Tuần rồi, qua bưu điện, tôi nhận được món quà bất ngờ, thi tập "ĐẤT còn thơm mãi mùi hương" của tác giả Phạm Cao Hoàng ký tặng, 112 trang chứa đựng 41 bài thơ viết sau 1975. Đặc biệt đây là lần in thứ ba, tháng 9/2018, do Thư Ấn Quán đảm trách in trên giấy đặc biệt linen business paper được Thiên Kim trình bày đẹp mắt. Phụ bản gồm tranh của Đinh Cường, Trương Vũ, Nguyễn Trọng Khôi, Đinh Trường Chinh và những ảnh chụp phong cảnh của chính tác giả. Phụ lục gồm hai bài viết của Nguyễn Xuân Thiệp và Phạm Văn Nhàn.

Ở đoạn trên, tôi có e dè đưa ra chút lượng định sơ khởi về nhà thơ Phạm Cao Hoàng ở phút đầu gặp nhau: Điềm đạm, hiền lành, ít nói... Bây giờ tôi cực lòng hỏi bạn đúng, sai về một ý tưởng cổ xưa: "Văn là người". Tôi từng ngờ vực tới thứ nhận định này bởi tôi không thích những áp đặt nhầm vơ đũa cả nắm, cũng tùy thuộc vào từng sự cá biệt của mỗi tác giả. Nhưng đã từng bắt chuyện cùng anh Phạm Cao Hoàng, được đọc thơ anh làm, những gì điềm đạm, từ tốn, hiền lành, thân cận, trao nỗi bình an cho người đối diện, tôi bắt gặp đã không có mấy sai biệt giữa con người và tác phẩm. Thi tập mang tên "ĐẤT còn thơm mãi mùi hương", chữ ĐẤT in hoa, dùng co chữ to và điều này trao cho riêng tôi một cảm nhận: Thơ anh cũng như con người tác giả đều hiền hòa như một hòn đất. Nghĩ là dài dòng, chứ ban đầu tôi định dùng tựa đề là "Đất cũng như người, đọng mãi mùi hương".

Không riêng tôi, họa sĩ Đinh Cường lúc còn tại thế, vẫn luôn dành cảm tình đến nhà thơ bằng vào nhận xét:

"Nơi đây tôi gặp người bạn luôn đội mũ
Nét mặt đăm chiêu mà tốt vô cùng
Có lẽ cũng từ một miền quê êm đềm lắm
Nuôi con người luôn sống bao dung".

"Miền quê êm đềm lắm" nằm đầy, chất ngất trong thơ của Phạm Cao Hoàng, bởi trước tiên và sau cùng tác giả vốn nặng lòng với quê nhà, với ruộng vườn mà cha ông từng ươm trồng hoa lành quả ngọt. Tôi thích bài SCIBILIA, Ngày Cuối Thu quá lắm:

"Scibilia, ngày cuối thu
tôi đuổi theo những đám sương mù
và khi quay lại tôi nhìn thấy
một giọt sương buồn trong mắt em

giọt sương đọng suốt mười lăm năm
long lanh từ thuở xa quê mình
và em nói rằng em rất nhớ
những bước chân về – đêm cao nguyên

giọt sương đọng suốt mười lăm năm
từ khi mình bỏ núi xa rừng
và em nói rằng em rất nhớ
một chút mây trời Langbiang

giọt sương đọng suốt mười lăm năm
ừ, khóc đi em cho đỡ buồn
quê hương còn đó nhưng xa lắm
và biết ngày về kịp nữa không".

Tôi ngồi yên để tập hít thở, để cho giọt sương thôi làm mờ nhãn quang. Tôi dụi mắt và tôi thử đọc bài Sau Chiến Tranh Trở Lại Tuy Hòa làm vào năm 1976 in ở trang 14 để thấy "nét đăm chiêu" của "người luôn sống bao dung":

"khi về thăm lại cố hương
thấy quê nhà nghĩ càng thương quê nhà
hắt hiu một bóng mẹ già
một ngôi mộ cỏ xanh và khổ đau
bâng khuâng một chút vườn sau
ngậm ngùi ngõ trước lao xao nắng vàng
đã qua chưa cuộc điêu tàn
đám mây năm cũ biết tan nơi nào".

Một nỗi buồn lặng không hơn không kém, bao dung là bởi vậy, lời thơ chỉ thế một tiếng thở dài, kỳ dư chẳng oán trách hoặc ẩn chứa sự hằn học nào cả. Lành hơn cả một hòn đất chịu cày xới tơi bời sau chiến tranh. Bi quan thường không mấy khi nẩy mầm trên cuộc đất ấy, đọc thơ Phạm Cao Hoàng là tìm về, mong ngóng bắt gặp nỗi bình an. Bình an ở khung cảnh anh nhẹ nhàng đưa ra, bình an luôn cả chữ dùng dung dị. Nói theo thuật ngữ của Leonardo da Vinci: "Đơn giản là thứ rất mực cầu kỳ". Phạm Cao Hoàng lại dụng tâm tránh xa cầu kỳ, anh thích đơn giản và bất ngờ đất đã làm thơm một nụ hoa chợt bung nở. Viết về tình yêu cũng thế, trong ngần chẳng cần phải cường điệu hóa trang như bao nhà thơ khác. Anh thích làm dòng suối chưa từng ô nhiễm hơn là một lao thân của sông hồ lắm phèn chua nước mặn, thử dọn lòng đọc đôi câu bình dị, chân thật một tỏ bày chẳng vẩn đục:

"mười năm và mười mùa đông
trong hơi thở có hương nồng em trao
có tình em rất ngọt ngào
trong veo như giọt sương đèo Prenn
nồng nàn như đêm Lâm Viên
như Đà Lạt với lời nguyền năm xưa".

Đà Lạt. Ôi chao một trời thương nhớ vừa xao động. Có phải tôi cảm thơ Phạm Cao Hoàng do bởi từng "đắp chung chăn" giữa một trời cao nguyên lắm huyễn mộng? Không, nhà thơ luôn sáng suốt đối mặt với sự thật, nếu có chăn thì bị lấy đi, buộc tỉnh thức:

"còn chăng là hai bàn tay
đã chai sạm với tháng ngày gian nan
còn chăng là mây lang thang
trên đồi gió hú bạt ngàn rừng thông
còn chăng là đêm mênh mông
người ngồi nhớ một dòng sông cạn rồi".

Đây chỉ là trích đoạn của bài thơ mang tên *Người Thi Sĩ Ấy Không Còn Làm Thơ* viết ở Đà Lạt năm 1985 in ở hai trang 16 và 17 mà tôi cả gan bỏ mất đoạn giữa. Bạn đọc có yêu *ĐẤT còn thơm mãi mùi hương*, khi cầm tập thơ trên tay sẽ đọc đủ đầy tâm cảm của nhà thơ (tôi sử dụng nghệ thuật úp mở để chào hàng chăng?).

Tôi yêu bài *Mây Trắng* mà nhà thơ Phạm Cao Hoàng dành "tặng anh Trần Huiền Ân" in ở trang 29:

"ngày đi về phía mặt trời
tôi nghe tiếng gọi của người năm xưa
và nghe tiếng mẹ ầu ơ
bên dòng sông với đôi bờ quạnh hiu
xóm thôn một thuở tiêu điều
gian nan cùng với cuộc phiêu lãng này
ngày về trắng hai bàn tay
người về ôm lấy cụm mây trắng buồn
khói ngày xưa ấy còn vương
sương còn đọng lại bên dòng cổ thi
ngày về nhớ lúc ra đi
biển gào lên khúc biệt ly sao đành
vậy mà...
biền biệt bao năm".

Thơ làm ở Virginia năm 2009 mà dòng in chữ nghiêng là Bài Hát Ngày Về, thơ của Trần Huiền Ân.

Hơi cổ điển, bạn có thấy vậy không? Tôi vẫn nghĩ, nếu bạn muốn thử nghiệm làm mới thi ca, ít nhất bạn sẽ gặp phải hai vấn nạn: Thứ nhất bạn mất đi sự thành thật có trong cảm xúc ban đầu, mặt khác bạn dẫn người đọc đến một quang cảnh khác lạ buộc người ta phải tìm cách thích nghi. Và tôi cho, do lẽ đó lời thơ bạn chuyển tải khó đậu lại, luyến lưu dài hơi trong tâm cảm người đọc. Cô lại trong ý tôi muốn nói, một bài thơ hay là bài thơ ấy như giọt mực khó phai đọng giữa lòng trang giấy trắng, giản đơn là thế, nôm na là thế, qua thời gian, giọt mực đó có mờ phai nhưng không thể biến mất được.

Tôi cũng mọc lên sự so sánh, rằng khi được đối mặt với hai giai nhân, tôi chan đầy cảm tình trước một dung nhan không son phấn hơn là một vẻ đẹp được bồi đắp qua nhiều mỹ phẩm. Một khuôn mặt mộc khiến tôi cảm động. Bạn có thể không đồng ý với mỹ quan thô thiển của tôi, đành vậy. Tôi yêu da thịt thuần khiết, nguyên trạng thay vì phải hôn lấy một giọt tinh dầu dẫu mắc tiền đã ngụy trang, xức lên cơ thể người bạn khác phái. Bạn lại nhăn mặt? Bạn nghĩ mùi đất nồng có thơm không? Hãy thử đọc lấy thơ của Phạm Cao Hoàng rồi hãy phê phán tôi sau, nhé.

Nhà thơ Phạm Cao Hoàng có mở trang văn học nghệ thuật nhằm chia sẻ, đăng tải các sáng tác của văn hữu trong đủ mọi thể loại kể cả hội họa và âm nhạc. Tôi theo dõi để phát hiện là anh làm thơ không nhiều. Nhìn lại suốt mấy mươi năm buồn vui cộng hưởng trên chặng đường dài, tác phẩm anh hiện diện với đời chỉ có:

Đời Như Một Khúc Nhạc Buồn (Thơ, 1972)
Tạ Ơn Những Giọt Sương (Thơ, 1974)
Mây Khói Quê Nhà (Thơ tuyển, 2010)
Mơ Cùng Tôi Giấc Mơ Đà Lạt (Truyện, 2013)
Đất Còn Thơm Mãi Mùi Hương (Thơ, bản in đầu 2015)

Năm (5) đứa con tinh thần, như vậy là ít so với nhà thơ Luân Hoán và nhà thơ nhà văn Trần Hoài Thư. Sở dĩ tôi mang Phạm Cao Hoàng đối chiếu cùng nhị vị kia bởi lẽ vô tình, cả ba người đều có chung một điểm trùng lẫn đáng ngợi ca, ấy là họ rất mực thương quý người đi lặng lẽ bên cạnh cuộc đời thăng trầm, gánh vác và thông cảm những hệ lụy mà nhà thơ thường gặp phải. Tôi đã diện kiến với cả ba (3) chị, họ đẹp mà chẳng cần nương nhờ tới phấn son, bội phần rạng ngời qua thơ người chồng biểu đạt, chẳng mỏi mệt. Một trích đoạn đơn cử:

> *"cùng em ra sân cào tuyết*
> *biết là vất vả mà vui*
> *và cứ hồn nhiên em nhé*
> *cùng tôi đi giữa cuộc đời*
>
> *thức dậy lúc ba giờ sáng*
> *ngoài trời tuyết trắng như bông*
> *tôi yêu những bông tuyết trắng*
> *và yêu em – đóa hoa hồng".*

Nhảy qua bài khác, gặp phải:

> *"thương em ngày nắng Tuy Hòa*
> *chiều mưa Đức Trọng, sáng Đà Lạt sương*
> *thương em và những con đường*
> *một thời tôi đã cùng em đi về*
> ....

thương em nắng dãi mưa dầu
đau cùng tôi với nỗi đau riêng mình
chia cùng tôi một chút tình
của ngàn năm trước và nghìn năm sau
về đâu chẳng biết về đâu
thôi thì về lại buổi đầu gặp em
dòng sông xưa ấy êm đềm
mùa thu năm ấy bên thềm lá bay
bàn tay nắm chặt bàn tay
dìu nhau qua những tháng ngày gian nan".

Như vậy, cần phụ chú thêm, nổi bật trong thơ Phạm Cao Hoàng là hai chủ điểm: Yêu ruộng, vườn, đất, nước và yêu "Em". Quyện lại, hòa nhập trong nỗi nhớ thương đằm thắm, thật thà. Cả hai đều son sắt, thủy chung.

Nhà thơ Phạm Cao Hoàng vốn ít nói, không nhiều tâm sự. Tôi lạm bàn dài dòng như trên e sợ làm trái ý anh. Tôi chỉ là một người đọc bình thường tới tầm thường, đứa ấy không giỏi chuyện bình thơ, chỉ biết ghi lại đơn sơ một vài cảm nhận trong nhất thời. Dù có thế nào đi chăng nữa, tôi xin được cảm ơn nhà thơ Phạm Cao Hoàng vừa trao gửi cho tôi ít đất đai thu giấu trong phong bì vàng, mở ra nghe dậy mùi thơm hoàng thổ. Hoàng thổ có thể là ám danh của ngày xưa Đà Lạt, hoàng thổ là đất vàng và hoàng thổ cũng nên hiểu là giọng thơ chân chất hiền lành của người mang tên Hoàng, Phạm Cao Hoàng. Tôi trân quý và tôi xin giới thiệu tới bạn đọc một thi phẩm hay vừa được in tới lần thứ ba.

HỒ ĐÌNH NGHIÊM
Montréal, Oct. 17, 2018

NGUYÊN MINH

ĐÔI MẮT NAI

Phạm Cao Hoàng và Nguyên Minh
Maryland, 27.10.2015

Sáng nay trời Sài Gòn bỗng dưng trở lạnh. Tôi ngồi bên song cửa sổ nhìn ra bãi đáp của phi trường Tân Sơn Nhất sau nhà, một làn sương mù phủ đầy, bãi cỏ xanh mờ, bát ngát, mà lòng tôi chùng xuống, buồn mênh mang. Những hình ảnh từ xa xưa của những người thân yêu cứ chập chờn ẩn hiện trong tôi. Những chiếc máy bay rà xuống phi đạo. Những chiếc máy bay cất cánh lên trời bay xa. Đón người về thăm quê hương từ phương trời xa xăm. Tiễn người đi trở lại nơi chốn dung thân. Người tình xưa. Các anh chị em tôi đã một thời cách biệt. Bạn bè tôi, những người cầm bút cả một đời mê muội. Về. Rồi đi. Đi rồi về. Vui rồi buồn. Buồn rồi vui. Cứ thế miệt mài tâm tư.

Cũng như các bạn khác, Phạm Cao Hoàng về lại đi, để lại trong tôi biết bao điều muốn nói.

Tôi không nhớ tôi và Phạm Cao Hoàng quen nhau từ lúc nào, Giữa tôi và Phạm Cao Hoàng có một khoảng cách về tuổi tác. Tôi hơn anh gần 10 tuổi. Tôi chỉ nhớ lần đầu tiên, khoảng năm 1970, anh và Thế Vũ ghé đến ngôi nhà số 11 Nguyễn Thái Học Phan Rang thăm anh em Ý Thức. Chúng tôi có thêm Võ Tấn Khanh, Lê Ký Thương, Ngy Hữu, cùng uống rượu. Trong cơn men ngà ngà say, Phạm Cao Hoàng, lúc ấy là một chàng thanh niên dáng cao và gầy mang đôi kính cận, cất giọng ngâm thơ bài Bên Kia Sông Đuống. Giọng anh sang sảng, đầy xúc động, như truyền cảm đến tâm hồn chúng tôi.

Lần thứ hai, tôi ra Tuy Hòa. Anh và một số anh em làm văn nghệ ở đó như Hoàng Đình Huy Quan, Trần Huiền Ân, Nguyễn Lệ Uyên cùng nhau đến uống cà phê ở một quán mà bây giờ tôi đã quên tên. Anh còn giới thiệu một cô bạn nữ sinh trong chiếc áo dài trắng, mái tóc thề ngang vai, đang tập tểnh làm thơ, sau này, gần nửa thế kỷ khi tôi làm Quán Văn, tình cờ tôi gặp lại mới hay người nữ sinh giờ đã lên chức bà ngoại vẫn làm thơ mang tên Triều Hạnh. Những tháng cuối năm, các tỉnh miền Trung thường gặp bão lụt. Tuy Hòa cũng thế, tôi không thể về lại Sài Gòn, ở lại nhà Phạm Cao Hoàng. Suốt những ngày mưa bão, không đi đâu được hai chúng tôi tự pha hai cốc cà phê, hút những điếu thuốc Ruby và nói chuyện văn chương, báo chí.

Lần thứ ba, khoảng năm 1972 tôi lại gặp anh ở Đà Lạt. Anh dẫn tôi về Trạm Hành nơi anh đang dạy học. Nhìn những ngọn đồi xa xa trồng trà xanh bát ngát, nhìn xuống thung lũng những giàn su. Và trời còn lãng đãng sương mù. Không khí se lạnh. Phạm Cao Hoàng cất giọng ngâm bài thơ *Cuối năm ở Trạm Hành*(*) anh vừa sáng tác cho tôi nghe. Tôi không biết làm thơ và ít nhớ về thơ của ai, nhưng không hiểu sao, khi làm Quán Văn số 40 này, chân dung về Phạm Cao Hoàng tôi phải đăng lại bài thơ này, đã từng làm tôi xúc động.

Sau năm 1975 tôi bặt tin anh. Cuộc sống đã thay đổi hoàn toàn. Cơm áo đè nặng làm tôi ngộp thở. Văn chương chữ nghĩa cũng chìm sâu. Năm 1992, tôi vào lại Sài Gòn sinh sống sau 16 năm ẩn dật một vùng quê hẻo lánh nơi tôi đã từng sinh ra. Tình cờ tôi gặp một cô gái ở cơ sở in lụa của gia đình tôi mới mở trên đường Nguyễn Kiệm, Gò Vấp, hỏi ra mới biết cha cô là Phạm Công, mẹ cô là Cúc Hoa. Thuở còn bé tôi rất mê chuyện tình Phạm Công và Cúc Hoa, thời đại này sao lại có thật một Phạm Công và Cúc Hoa. Cô gái cho tôi biết ba cô trước năm 1975 có làm thơ và mang bút hiệu Phạm Cao Hoàng. Tôi mừng quá, hỏi thăm anh và nhờ cô gái nhắn lại tin tức về tôi. Rồi vẫn bặt tăm.

Sống ở Sài Gòn tôi gặp lại những bạn cùng viết văn làm báo ngày xưa. Và khi gặp lại người tình cũ từ Mỹ về thăm quê hương, năm 2000, tôi mới có hứng thú cầm bút trở lại, Tôi và Lữ Kiều, Lữ Quỳnh, Lê Ký Thương, Đỗ Hồng Ngọc làm lại Ý Thức bản thảo chỉ phổ biến giới hạn, mục đích gây hứng khởi cho anh em, như một đóm lửa khơi dậy đống tro đã tàn. Chính văn chương mới là chất keo làm chúng tôi kết lại. Phạm Cao Hoàng và Nguyên Minh mới nối lại duyên xưa. Chỉ qua email. Chỉ qua Thư Quán Bản Thảo do Trần Hoài Thư và Phạm Văn Nhàn chủ trương tôi đọc được những bài thơ Phạm Cao Hoàng mới sáng tác sau một thời gian ngưng bút như tôi. Bấy giờ anh cùng gia đình sang định cư ở Mỹ.

Lần thứ tư, năm 2012 chúng tôi gặp nhau tại Sài Gòn, khi Phạm Cao Hoàng cùng gia đình trở về thăm quê hương. Phạm Cao Hoàng mập ra. Cao to hơn xưa. Như đã hẹn tôi cùng Nguyễn Hòa vcv, vợ chồng Trương Văn Dân – Elena, đến khách sạn nơi PCH ở, mang theo vài số báo Quán Văn mới ra. Phạm Cao Hoàng đón nhận vui mừng như vừa ôm vào lòng đứa con đã thất lạc lâu ngày.

Lần thứ năm tôi gặp anh không phải ở Việt Nam, mà lại ở Mỹ. Trần Hoài Thư mua vé máy bay cho tôi từ San Jose - nơi tôi đang qua thăm các chị, em tôi - về New Jorsey. Mấy ngày cùng Trần Hoài Thư say mê bên cạnh mấy cái máy in, tôi mới đến Virginia sau 6 tiếng đồng hồ trên xe do vợ chồng Trần Hoài Thư cầm tay lái.

Tôi ở lại nhà Phạm Cao Hoàng sau một buổi tiệc có mặt số anh em làm văn chương từ xa đến. Đinh Cường lúc ấy còn sung sức, dẫn tôi về nhà anh, ký tên sau một bức tranh lưu niệm cùng chi chít các anh em văn nghệ sĩ đã đến thăm phòng tranh của Đinh Cường. Hầu hết anh em văn nghệ đó tôi đã quen biết, giờ đã lưu lạc khắp nơi trên thế giới hoặc vài người mới đây đã từ giã cõi đời này.

Những ngày tôi trú tại nhà Phạm Cao Hoàng trong căn phòng nhỏ ấm cúng, vợ chồng anh luân phiên có mặt ở nhà để tiếp tôi. Anh bắt đầu mở trang Blog Phạm Cao Hoàng, từ đây các bạn văn có thể đọc các tác phẩm văn học mới sáng tác hoặc từ xưa đã thất lạc. Tôi vui lây niềm vui của anh.

Cũng từ trang Blog này tôi đã đọc những bài thơ mới, những tản văn, những truyện ngắn và tin tức về cuộc hồi sinh, phục hồi sức khỏe của Cúc Hoa sau những ngày tháng trên giường bệnh trong một tai nạn giao thông. Tình cảm thắm thiết, kết quả của một mối tình đẹp thời thanh xuân, nghĩa vợ chồng những ngày cuối đời, Phạm Công suốt ngày chăm sóc Cúc Hoa như một liều thuốc tiên đã vực dậy vợ mình đi đứng bình thương như chưa có gì xảy ra.

Hai năm sau, tôi lại qua Mỹ, lúc này có thêm vợ chồng Trương Văn Dân – Elena và Đoàn Văn Khánh, Phạm Cao Hoàng cùng Nguyễn Minh Nữu đón chúng tôi từ San José qua Virginia tại phi trường Dulles.

Chính hai người bạn này đã tổ chức một buổi họp mặt một số văn nghệ sĩ ở đây, cùng một mẫu số chúng với chúng tôi: mê văn chương, tại nhà anh Trương Vũ. Bao nhiêu tình cảm dành cho nhau, chân thành. Có người tôi mới gặp mặt, tuy rằng chúng tôi biết nhau qua thơ văn, trao đổi những tác phẩm mới xuất bản của chúng tôi, như Phùng Nguyễn, hẹn nhau một buổi cà phê tại Sài Gòn. Một tháng sau, ở Việt Nam tôi hay tin anh đã từ giã cuộc đời này. Tiếp theo, Đinh Cường, một người bạn thân thiết, đã cùng chúng tôi có rất nhiều kỷ niệm khó quên, cũng bỏ chúng tôi, về vĩnh viễn miền cực lạc.

Ấn tượng cuối cùng đã làm tôi xúc động, không thể cầm được những giọt nước mắt rơi trên má. Hình ảnh đó cứ làm tôi ray rứt và tôi cứ tìm câu trả lời vì sao trong sâu thẳm của tiềm thức. Đó là một buổi chiều trên sàn gỗ hành lang nhà mới của Phạm Cao Hoàng, chúng tôi nhìn tận mắt một cảnh tượng đẹp và lãng mạn vô cùng.

Mùa thu ở Mỹ, nhất là ở vùng Virginia, trời se lạnh, những cây phong đổi màu lá đỏ. Cùng với những loại cây khác lá rơi tơi tả, nằm sắp lớp trên cả lối đi, sân nhà, hai bên đường cái rừng cây chuyển lá màu đỏ, cũng rơi.

Hành lang không có mái che, nằm đưa ra ngoài vũng sâu, trước mặt là một thung lũng thoai thoải đầy những cây cao còn trơ cành. Chúng tôi như đang ở trong rừng. Lá vàng từng lớp chồng lên nhau, lớp trên từ cành cây vừa mới rơi xuống còn nguyên hình và màu sắc. lớp dưới đã héo tàn, tận cùng đã mục nát theo thời gian. Nơi chúng tôi đứng tựa cầm trên thành gỗ lan can còn ướt lạnh, lá vàng cứ rơi xuống, vướng trên những chiếc mũ kết màu nâu, tôi cũng chẳng cần hất xuống. Cầm ly cà phê Phạm Cao Hoang mới pha từ trong nhà đem ra, hơi nóng bốc lên tiếc rằng tôi đã bỏ thuốc lá nếu không cũng phì phà một hơi như các bạn khác. Phạm Cao Hoàng lại mang ra một cái iPad, từ đó phát ra tiếng đàn guitar của Vô Thường. Từng giọt âm thanh thánh thót. Những khúc tình ca của Trịnh Công Sơn cứ nối tiếp nhau buồn thắm thiết. Tôi ngẩn ngơ. Mắt đăm đăm nhìn về phía trước, cây che cây, một khe suối nhỏ như sợi chỉ mong manh, từ bụi cây bất ngờ xuất hiện một con nai bước trên thảm lá vàng khô, rồi theo sau một con nai khác. Chúng như một cặp tình nhân, hẹn nhau ra bờ suối, tâm tình. Tôi ngạc nhiên, giữa khoảng cách cặp nai vàng đang cúi đầu xuống dòng nước cạn con suối nhỏ với chỗ chúng tôi đứng rất gần. Giữa con người và vật vẫn sống chung hiền hòa với nhau. Hai con nai vàng vẫn đưa đôi mắt tròn to nhìn về chúng tôi. Và tôi cũng nhìn thẳng vào đôi mắt ngây thơ, như cùng một đồng loại, như bạn bè thân thích lâu ngày mới gặp lại nhau.

Tiếng đàn vừa dứt, cặp nai vàng mới bước những bước chân xiêu vẹo, đạp trên lá vàng khô. Tôi giơ tay lên, như tiễn đưa những người bạn thân. Cặp nai vàng ngơ ngẩn nhìn tôi trước khi khuất vào lùm cây. Bấy giờ, nước mắt tôi bắt đầu rơi xuống.

NGUYÊN MINH
Sài Gòn, 18.9.2016

NGUYỄN AN BÌNH

MÂY VIỄN XỨ
MÃI HOÀI VỌNG VỀ CỐ HƯƠNG

Nguyễn Minh Nữu - Phạm Cao Hoàng - Nguyễn An Bình
Phạm Thành Châu - Virginia, 16.5.2023

Tôi còn nhớ đầu năm 2018, vợ chồng nhà thơ Nguyễn Nguyên Bảy, Lê Phương Liên người gốc Bắc nhưng định cư ở Sài Gòn rất yêu thích văn học nghệ thuật. Anh chị tự bỏ tiền túi lập tủ sách văn học Thơ Bạn Thơ, Văn Bạn Văn in những tác phẩm văn học có giá trị nghệ thuật của nhiều tác giả không kể họ là người vùng miền nào, đã mời tôi biên tập cùng thực hiện tuyển tập *THƠ BẠN THƠ 9* số đặc biệt về các nhà thơ Việt đang sinh sống ở nước ngoài. Vợ chồng anh chọn tôi thực hiện vì biết tôi là người làm thơ ở miền Nam từ trước 1975 và sau 1975 tôi vẫn còn tiếp tục với niềm vui đam mê chữ nghĩa, các nhà thơ hải ngoại phần lớn là những nhà thơ khởi đầu sự nghiệp văn chương của mình rất sớm ở miền Nam nên tôi có thể làm tốt công tác biên tập. Nhà thơ Phạm Cao Hoàng là một trong những người tôi đưa vào tuyển tập *THƠ BẠN THƠ 9* đầu tiên. Mặc dù tôi chưa hề quen biết anh nhưng ngay từ đầu thập niên những năm 1970, thơ Phạm Cao Hoàng đã có mặt trên nhiều tạp chí văn học miền Nam như Văn Học, Bách Khoa, Văn, Vấn Đề... theo nhận xét của nhà văn Trần Hoài Thư, tạp chí Vấn Đề lúc đó nhà văn Mai Thảo chủ biên rất khó tính trong việc chọn bài, thơ anh cũng lần lượt được chọn đăng trong nhiều số.

Khi tuyển tập *THƠ BẠN THƠ 9* in xong, thời may nhà văn Nguyễn Minh Nữu có về Việt Nam, biết Nguyễn Minh Nữu gần nhà anh ở tiểu bang Virginia nên tôi nhờ anh ấy đem về Mỹ tặng anh một bản. Thời gian sau anh mail cho tôi đã nhận được và có nhã ý gởi cho tôi một ít tiền bù vào ấn phí thực hiện nhưng tôi từ chối và nói với anh người khác bỏ tiền túi để in tôi chỉ biên tập nên anh đừng quan tâm đến việc đó. Tôi còn viết cho anh nếu được xin anh gởi về tôi những tác phẩm đã in của anh vẫn còn lưu giữ để tôi đọc cho vui. Qua nhà văn Phạm Văn Nhàn tôi nhận một lúc 3 tác phẩm của anh đó là: Mây khói quê nhà, Đất còn thơm mãi mùi hương, Mơ cùng tôi giấc mơ Đà Lạt, tất cả đều do nhà xuất bản Thư Ấn Quán của nhà văn Trần Hoài Thư thực hiện vào các thời điểm khác nhau. Cầm những quyển sách trên tay tôi rất vui và xúc động vì biết anh vẫn còn nhớ lời của tôi.

Nói như nhà thơ Du Tử Lê: Thơ Phạm Cao Hoàng không chạy theo xu hướng thời thượng nào ở thời điểm văn học miền Nam lúc bấy giờ: "...Thí dụ xu hướng chống chiến tranh, hay khuynh hướng mang "buồn nôn" (ảnh hưởng triết lý hiện sinh của Jean Paul Sartre) vào văn chương. Ông cũng không cho thấy có chút ý hướng biểu diễn chữ, nghĩa một cách khinh bạc (trong khi đời thường mưu cầu chức tước), với những ý niệm triết lý xào nấu, mang đầy tính khoe khoang... "đe dọa!"

Họ Phạm lặng lẽ đem mình ra khỏi trào lưu, xốc nổi thời thế. Ông tự tin, thanh thản với những đường bay thi ca bình thường mà sâu sắc, giản dị mà cảm động, qua những chủ đề, tưởng như tầm thường mà, rất gần nhân thế; rất gần tình yêu con người và; đất nước của ông."
(Du Tử Lê - Tiếng thơ tách thoát khỏi mọi trào lưu thời thượng)

Hay nói theo một nhà văn khác: Thơ Phạm Cao Hoàng không cầu kỳ, anh thích đơn giản, chẳng cần cường điệu hóa, anh thích làm dòng suối chưa từng bị ô nhiễm hơn là lao thân vào sông hồ lắm phèn chua nước mặn. Đọc thơ Phạm Cao Hoàng ta thấy như mình đang đi dạo trong một khu vườn nhỏ chỉ vun trồng các loài hoa quen thuộc nhưng đầy hương sắc mà không du nhập bất cứ loài hoa xa lạ nào dù nó đẹp đẽ xanh tươi đến mấy nên trong không gian thơ, dòng chảy thơ của anh trước sau như một chỉ chảy một dòng thấm đẫm tâm hồn phương Đông và tôi đã đọc thơ Phạm Cao Hoàng trong một tâm trạng như vậy.

Những năm cuối thập niên 60 bước sang thập niên 70 ở miền Nam, chiến tranh bắt đầu trở nên khốc liệt, cuộc sống nhiều xáo trộn về thời thế, Phạm Cao Hoàng cũng như bao thanh niên thời chiến khác phải rời xa quê từ sớm nên quê nhà luôn là nỗi ám ảnh nhớ thương da diết nhưng cũng không kém phần đau xót khi đứng trước hai lằn đạn của cả hai phía:

quê cũ mười năm mây lớp lớp
mười năm mưa khóc buổi sang mùa
dưới trời sương lạnh rơi tan tác
rét mùa đông cũ rét lê thê

đường tôi đi có bom và đạn
có hận thù trên mỗi dấu chân
ai thả vào hồn tôi mới lớn
những mùa xương máu ngập tang thương
(Đi giữa chiến tranh, 1969 – Mây khói quê nhà)

Quê nhà gắn liền với bao kỷ niệm ấu thơ nơi có mái trường xưa, có cây bàng đỏ lá, có con đường đất mưa lầy nắng bụi, có cánh đồng lúa xanh rì rập rờn theo sóng gió một thời anh đi học giờ chỉ còn trong ký ức và những nỗi hoài niệm:

chiều nay ghé thăm trường cũ
nghe mùa thu hát ngoài kia
chợt nghe trong lòng man mác
những ngày thơ ấu xa xưa
(Trở về mái trường xưa,
1996 – Đất còn thơm mãi mùi hương)

Hình như nỗi sầu xứ đã vận vào đời anh khi tuổi còn rất trẻ, phải chăng đó là định mệnh mà ta không thể cưỡng cầu, giống như cánh chim đơn côi bay lạc lõng giữa buổi chiều tà và người hàn sĩ ấy lại một lần nữa cất bước ra đi, trời đất mênh mông không biết đâu là nhà:

bóng chim nào lạc cánh cuối trời xa
đất rộng quá biết đâu là cố lý
và nơi đây hiu hắt những đời người
dài râu tóc ngồi mơ thời thịnh trị

lúc tuổi trẻ đã tan rồi chí khí
sống nửa đời ta chẳng thấy quê hương
nhìn lên cao mây còn bay lớp lớp
ta cùng ngươi quay với bóng tang thương
(Hành phương đông, 1971 – MKQN)

Hay trong những câu thơ khác:
ra đi đành gửi quê nhà lại
nhạc thu giục giã bước chân người
con sáo nó kêu ngoài giậu vắng
nhủ người thôi hãy bước đi thôi

ta đi, thôi nhé, ta đi nhé
đưa tay ngắt một cánh hoa quì
nghe dòng lệ ứa trong đôi mắt
chào quê nhà nhé, thôi ta đi
(Gã hàn sĩ ấy lại ra đi, 1972 – MKQN)

Cho đến khi rời xa quê hương anh chợt cảm thấy những hoài bảo, ước mơ đã vuột khỏi tầm tay mình từ lâu, bước chân thời gian không chờ đợi một ai nhưng biết làm thế nào níu kéo được khi phía sau là dòng sông mệnh bạc còn phía trước lại mù mù sương khói. Chỉ mấy câu thơ cũng đủ làm lòng người không khỏi ray rứt.

ngày mai con lại ra đi nữa
cứ đi hoài mà chẳng đến nơi
ước mơ ngày ấy giờ chưa đạt
mà bóng thời gian đã muộn rồi
(Mây khói quê nhà, 1999 – MKQN)

Nhiều năm sau trở lại quê nhà, thăm lại Phú Thứ nơi chôn nhau cắt rốn của mình anh vẫn còn có cái cảm giác hương đất hương đồng nội vẫn còn quanh quất trong tâm hồn như ngày nào và hình như thấy lại hình bóng người cha thân yêu ngày nào đã vì mình mà lam lũ cả đời:

mùi hương của đất làm con nhớ
những giọt mồ hôi những nhọc nhằn
cha đã vì con mà nhỏ xuống
cho giấc mơ đời con thêm xanh

mùi hương của đất làm con tiếc
những ngày hoa mộng thuở bình yên
nồi cá rô thơm mùi lúa mới
và tiếng cười vui của mẹ hiền"
(Mây khói quê nhà, 1999 – MKQN)

Phạm Cao Hoàng viết nhiều thơ về vùng đất cao nguyên Lâm Viên với một tình cảm tràn đầy và tha thiết. Điều nầy cũng thật dễ hiểu. Bước đường viễn xứ của anh từ ngày rời trường sư phạm đã lưu trên đất Tuy Hòa, Phan Thiết... rồi ngược lên Đơn Dương, Đà Lạt, Đức Trọng. Nơi đây anh gặp được người con gái có tên Cúc Hoa và kể từ đó thơ anh đã có những vần thơ bay bổng ca ngợi tình yêu. Phải nói anh viết rất nhiều bài thơ cho Cúc Hoa, thời còn ở Đà Lạt với những hạnh phúc, những thăng trầm của cuộc sống cho đến khi ra nước ngoài, thơ anh vẫn nồng nàn say đắm dành cho người bạn đời chia ngọt sẻ bùi với anh trong những tháng ngày khốn khó. Anh còn viết cả một tập truyện ký *"Mơ cùng tôi giấc mơ Đà Lạt"* thì đủ biết nguồn cảm hứng của anh về Đà Lạt sương mù, thông ngàn, quì vàng, Cúc Hoa không bao giờ cạn.

bây giờ nhớ núi nhớ rừng
nhớ sông nhớ biển nhớ trăng quê nhà
thương em ngày nắng Tuy Hòa
chiều mưa Đức Trọng, sáng Đà Lạt sương
thương em và những con đường
một thời tôi đã cùng em đi về
(Bây giờ, Virginia, 2009 – ĐCTMMH)

Tôi có cái cảm giác mùa thu Đức Trọng vẫn níu kéo gã hàn sĩ ấy dù chỉ là sợi dây vô hình nhưng không thể bứt rời ruồng rẫy được:

em ơi mùa thu năm ấy
là mùa thu của muôn đời
bàn chân nhẹ nhàng bước tới
đi bên cạnh cuộc đời tôi

rồi từ mùa thu năm ấy
thương em cho đến bây giờ
hơn bốn mươi năm rồi đó
mùa thu Đức Trọng ngày xưa...
(Mùa thu Đức Trọng – ĐCTMMH)

Với Cúc Hoa thì luôn gắn bó thủy chung:

mơ cùng tôi nhé, Cúc Hoa
giấc mơ Đà Lạt thời chưa biết buồn
vẫn là tôi, vẫn là em
vẫn khu vườn lạnh tiếng chim gọi đàn
vẫn là mây trắng ngàn năm
(Ngày tôi trở lại miền Đông – ĐCTMMH)

Nếu bạn là một người có tình cảm sâu nặng với người mình yêu quí có thể đánh đổi cả tính mạng mình cho họ chắc cũng sẽ vô cùng xúc động với tiếng hát của anh chàng hát cho Cúc Hoa nghe khi nàng gặp tai nạn phải nằm viện:

sáng nay mưa đã về
ngàn thông xao xuyến khách phương xa
hỡi cô em Đà Lạt
về đâu?

tôi muốn theo về với người
mưa cho đôi má em hồng
mưa cho đôi mắt nai tròn
mưa bay qua cõi vô cùng
và tôi bay giữa mênh mông
(Ca khúc Gửi em Đà Lạt
– Mơ cùng tôi giấc mơ Đà Lạt)

Tôi chắc rằng lúc ấy Cúc Hoa, vợ anh chắc xúc động lắm và quên đi thân xác đang chịu nhiều đau đớn tổn thương. Chắc những lúc ấy anh và người bạn đời lại nhớ về Đà Lạt, được đi dạo cùng nhau trên những dốc sương mù thời hai kẻ mới yêu nhau:

rồi có lúc trở về chốn cũ
đi cùng em giữa Đà Lạt sương mù
hát cùng em bài tình ca thuở ấy
tìm lại dấu chân mình trên những lối đi xưa
...
(Đi cùng em giữa Đà Lạt sương mù – MCTGMĐL)

Ngoài cái tình với người bạn đời Cúc Hoa, trong thơ Phạm Cao Hoàng ta còn bắt gặp cái tình khác cũng không kém phần thắm thiết, gắn bó đó là tình bạn. Chính cái tình chân thật, sôi nổi trước sau như một đã làm hồn thơ của anh thêm sâu nặng và thơ luôn truyền tải thông điệp buồn vui muốn được san sẻ cùng bạn bè thân quen của mình:

Trong bài Mây trắng gởi tặng nhà thơ Trần Huiền Ân anh thố lộ:

khói ngày xưa ấy còn vương
sương còn đọng lại bên dòng cổ thi

ngày về nhớ lúc ra đi
biển gào lên khúc biệt ly sao đành
vậy mà...
biền biệt bao năm
...

Hay:

Tiễn đưa người thân yêu trong nỗi buồn thầm lặng

anh đi rồi đi thật rồi
rất bình an không một lời chia tay
tôi về Bellingham chiều nay
mắt anh khép lại bàn tay hững hờ
sáu mươi lăm năm, ô hô!
đời tha phương một nấm mồ mọc lên
(Tôi về Bellingham chiều nay)

Còn niềm vui nào bằng nơi quê người còn gặp lại bạn bè qua bao dâu bể của thời cuộc:

sau chiến tranh chúng ta là những người sống sót
còn gặp lại nhau là đủ vui rồi
đêm ở New Jersey
nhắc với nhau về những ngày tháng xa xôi
về người bạn đề thơ trên vách tường năm ấy
về người bạn lên Pleime rồi chẳng bao giờ trở lại
về người bạn mấy lần bị thương ở Bình Định Qui Nhơn
về cà phê quán sớm bên đường
về căn nhà cửa không bao giờ khóa
(Ở New Jersey, gặp lại Phạm Văn Nhàn – ĐCTMMH)

Từ khi định cư ở nước ngoài, dòng thơ Phạm Cao Hoàng lại có thêm một chủ đề mới, đó là tình hoài hương.Ta hãy lắng nghe tâm sự của anh trong bài tùy bút: *"Tuy Hòa, một thời để nhớ"* để hiểu được nỗi niềm thầm kín của chàng "hàn sĩ": "Bước giang hồ tưởng đã dừng lại, nhưng rồi tôi lại ra đi, và lần đi nầy là biền biệt. Tôi trôi dạt về Đơn Dương, Đức Trọng, Đà Lạt; cho đến một ngày tôi phải làm chuyến đi xa nhất của đời mình. Trong hành trang mang theo ngày tôi rời đất nước có những giọt sương của cao nguyên Lâm Viên, có tiếng sóng biển của Qui Nhơn, có tiếng gió biển của Phan Thiết, và có mây khói của Tuy Hòa mà một thời đã làm nhẹ bước chân tôi."

khi dừng lại bên dòng Potomac
tôi và em nhìn lại quê nhà
buồn hiu hắt thương về chốn cũ
phía chân trời đã mịt mù xa
(Bên dòng Potomac, Virginia, 2005 – ĐCTMMH)

Tôi còn nhớ đã sử dụng bài thơ nầy trong một truyện ngắn đăng trên Thư Quán Bản Thảo, anh có đọc và gởi mail cho tôi xin bản pdf để đăng trên trang web PCH như một kỷ niệm cho vui.

Tình hoài hương luôn canh cánh trong long làm thơ anh trở nên tha thiết nhưng không ủy mị yếu đuối, anh viết cho người thân ở quê nhà nhưng thật ra là anh viết cho chính mình:

ngày mai con lại ra đi nữa
cứ đi hoài mà chẳng đến nơi
ước mơ ngày ấy giờ chưa đạt
mà bóng thời gian đã muộn rồi
(Mây khói quê nhà – ĐCTMMH)
...
ngủ đi em, đêm khuya rồi
sớm mai thức dậy cùng tôi lên đường
mười ba năm, quy cố hương
có đi biền biệt vẫn thương quê nhà
(13 năm, quy cố hương, Virginia,2012 – ĐCTMMH)

Lại thêm một lần xót xa khi phải rời Đà Lạt:

và tôi lại chia tay Đà Lạt
trở lại quê người với những cơn bão tuyết mùa đông
tôi mang theo nỗi buồn xa xứ
và nỗi hoài hương nặng trĩu trong lòng
...
(Chia tay Đà Lạt – ĐCTMMH)

Có gì đó là ta muốn rơi nước mắt, khi ở quê người lại quay quắt nhớ thương, Khi trở về nhìn cảnh cũ lại bịn rịn không muốn bỏ đi, rời xa. Đọc thơ Phạm Cao Hoàng ở giai đoạn nầy làm tôi bắt chợt nhớ tới mấy câu thơ trong bài *Tống Biệt Hành* của Thâm Tâm mà bùi ngùi quá đổi:

Người đi? Ừ nhỉ, người đi thực!
Mẹ thà coi như chiếc lá bay
Chị thà coi như là hạt bụi
Em thà coi như hơi rượu say...

Viết về Phạm Cao Hoàng, xin được gởi đến các bạn một vài nhận xét chân tình của bạn bè thân hữu nói về anh. Nguyễn Minh Nữu có nhận xét: *"...thơ Phạm Cao Hoàng vẫn giữ nguyên thần sắc nhẹ nhàng, sâu lắng và đôn hậu như chính con ngưười anh. Trong thơ, Phạm Cao Hoàng ghi nhận được thiên nhiên kỳ thú bằng cái nhìn mới lạ và tìm ra mối liên quan bất ngờ đầy sáng tạo giữa thiên nhiên và tâm hồn nhạy cảm riêng mình."* (Từng có một thời), còn họa sĩ Trương Vũ với cái nhìn của kẻ cầm cọ thì: *"Thơ PCH có nhạc. Lời thơ chơn chất nhưng vẫn luôn bàng bạc nét cao sang trầm lặng của một tâm hồn đẹp..."* (Thơm mãi mùi hương), nhà văn Hồ Đình Nghiêm lại có cái nhìn rất riêng: *"... Tôi xin được cám ơn nhà thơ Phạm*

Cao Hoàng vừa trao gởi cho tôi một ít đất đai thu giấu trong phong bì vàng, mở ra nghe dậy mùi thơm hoàng thổ. Hoàng thổ có thể là ám danh của ngày xưa Đà Lạt, hoàng thổ là đất vàng và hoàng thổ cũng nên hiểu là giọng thơ chân chất hiền lành của người tên Hoàng, Phạm Cao Hoàng..." (Đất hoàng thổ), Nguyễn Xuân Thiệp thật công tâm: *"Đọc thơ Phạm Cao Hoàng, ta thấy tâm hồn anh thật nhân hậu, bao dung và độ lượng, luôn mở rộng đón nhận những âm vang của đất trời. Ở Phạm Cao Hoàng, không có sự ganh ghét, thù hận hay ra vẻ trí thức triết lý với đời. Đọc thơ Phạm Cao Hoàng ta tìm được niềm an ủi trong tình yêu, gia đình, bạn bè, quê hương đất nước và cuộc sống chung quanh mình."* (Phạm Cao Hoàng & *Đất còn thơm mãi mùi hương"*

Tôi xin được dùng hai câu thơ trong bài "Cũng may còn có nơi nầy" của anh nói lên cái tình anh dành cho quê hương, cho người bạn đời trăm năm, cho những bạn bè thân yêu như một cái kết về thơ Phạm Cao Hoàng vậy.

> *Cũng may còn có nơi này*
> *Để tôi còn có những ngày bên em*
> (Đất còn thơm mãi mùi hương)

NGUYỄN AN BÌNH
Bên bờ Kênh Tẻ, 9.2021

Tham khảo:

1- Phạm Cao Hoàng, tiếng thơ tách thoát khỏi mọi trào lưu thời thượng - Du Tử Lê

2- Từng có một thời - Nguyễn Minh Nữu

3- Đất hoàng thổ - Hồ Đình Nghiêm

4- Phạm Cao Hoàng & Đất còn thơm mãi mùi hương - Nguyễn Xuân Thiệp

5- Những bài thơ một thời của Phạm Cao Hoàng - Trần Hoài Thư

NGUYỄN MINH NỮU

PHẠM CAO HOÀNG, HÀO SĨ ĐẤT PHƯƠNG NAM

Nguyễn Minh Nữu và Phạm Cao Hoàng
Virginia, 31.10.2020

Ba mươi chưa hỡi người tuổi trẻ...

Đó là câu thơ mở đầu một bài thơ của Phạm Cao Hoàng. Câu thơ đơn giản như vậy nhưng khi đọc bài thơ này vào năm 1971 trên tạp chí Ý Thức, tôi rất xúc động. Lúc ấy tôi đang ở Đà Lạt và tôi không biết gì về tác giả ngoài cái tên đọc trên báo. Bài thơ tôi không thuộc hết, chỉ nhớ bốn câu và cái tên Phạm Cao Hoàng.

ba mươi chưa hỡi người tuổi trẻ
mà trông như tóc đã hoa râm
chân đã mỏi trên đường phiêu lãng
cuộc bể dâu vùi dập biết bao lần

Những năm tháng cao điểm của chiến tranh, cao điểm một thời tuổi trẻ khắc khoải, chúng tôi sống như trong một chảo lửa vào đầu thập niên 70 ở Việt Nam hồi đó. Câu thơ thường dội lên trong lòng tôi mỗi ngày, trằn trọc mỗi đêm và làm tôi nhớ đến bây giờ.

Không hiểu bài thơ đó Hoàng viết cho mình, hay viết cho một người bạn nào, nhưng tôi mường tượng ra Hoàng gửi cho tôi, hoặc những người giống như tôi đầy rẫy trên đất nước này vào thời bấy giờ. Năm đó tôi 21 tuổi.

Chúng tôi không có bất kỳ một liên lạc gì với nhau. Chiến tranh càng lúc càng lan rộng. Tôi lưu lạc nhiều nơi: Ban Mê Thuột, Nha Trang, Kon Tum, Pleiku và sau 1975 thì về lại Sài Gòn mưu sinh. Cái thời "văn nghệ văn gừng" cũng chìm khuất đâu đó trong sâu thẳm. Rồi tới năm 1995, tôi rời Việt Nam qua định cư ở Hoa Kỳ với một thân thể kiệt quệ, trí óc mỏi mòn và gánh nặng cơm áo di dân.

Một buổi chiều năm 2005, khi đang làm việc trong doanh trại Fort Belvoir, bất ngờ tôi nhận được một cú điện thoại lạ.
– Có phải Nguyễn Minh Nữu đó không?
– Vâng là tôi, xin lỗi ai đầu dây?
– Là Phạm Cao Hoàng đây...

Tôi ngạc nhiên trong một giây rồi hỏi lại:
– Là nhà thơ Phạm Cao Hoàng?
– Đúng rồi.
– Ủa, sao ông có số điện thoại của tôi?
...

Câu chuyện trên điện thoại ngắn thôi. Hoàng cho tôi địa chỉ ở ngay Virginia, và hẹn tôi cuối tuần gặp nhau sẽ nói nhiều hơn.

Thì ra trước đó khoảng một hai năm, đứa con gái thứ nhì của tôi sinh hoạt trong một hội nhóm thanh niên Việt Nam vùng Hoa Thịnh Đốn có quen một bạn gái đồng lứa, không hiểu câu chuyện giữa hai đứa nhỏ đó nói với nhau điều gì để rồi khoe với nhau: *Bố tôi làm thơ. Ba tôi cũng làm thơ...* Khi đứa con gái về hỏi tôi có quen ai làm thơ tên Hoàng không, tôi suy nghĩ một chút rồi trả lời nếu làm thơ thì con phải biết bút hiệu ông đó là gì, tên đầy đủ, chứ một chữ Hoàng không thì chịu thua. Câu chuyện chìm trong quên lãng, về sau hỏi lại mới biết lúc đó Phạm Cao Hoàng vừa từ một tiểu bang khác về định cư ở Virginia, công việc chưa ổn định, chao đảo với một đời sống mới và cũng như tôi, túi bụi vào việc kiếm sống.

Căn nhà Hoàng ở là một townhouse, nhỏ, gọn và xinh xắn nằm ở đường Black Horse, thành phố Centreville, cách chỗ tôi khoảng 25 phút lái xe. Chị Cúc Hoa đón khách nhẹ nhàng, ít nói nhưng tia mắt thân tình và dễ mến. Tôi vui khi nhớ lại bài thơ của Hoàng, bài *"Nhớ Cúc Hoa"*:

> *và buồn thảm ôi những chiều lặng lẽ*
> *núi và anh thành hai kẻ đăm chiêu*
> *núi ngó anh và anh ngó núi*
> *núi đụng trời anh đụng nỗi đìu hiu...*
> (Phạm Cao Hoàng – Nhớ Cúc Hoa, 1974)

Buổi gặp gỡ đầu tiên đó cho tôi một ấn tượng là gặp một gia đình cha hiền, con hiếu thảo, vợ chồng hòa thuận và tận mặt gặp gỡ một nhà thơ mình đã có cảm tình từ hơn

30 năm trước, một con người nho nhã, điềm đạm và rất chân tình, để rồi nảy sinh ước muốn kết bạn lâu dài.

Căn nhà nhỏ ở Centreville đó tôi còn đến nhiều lần nữa, thường khi là để cùng Phạm Cao Hoàng gặp gỡ với một ai đó từ xa đến, hoặc là dự họp mặt nhóm bạn văn nghệ miền Đông Hoa Kỳ. Lý do chọn nơi đây làm nơi hội tụ là vì tính hiếu khách của chủ nhà, sự chu đáo của chị Cúc Hoa, những món ăn rất ngon đầy mới lạ của cô con gái lớn của Phạm Cao Hoàng: Thiên Kim. Thiên Kim nấu ăn rất ngon, và đặc biệt hơn nữa là dành sự yêu mến trân trọng đối với các người bạn văn nghệ của cha mình.

Phạm Cao Hoàng có một gia đình rất tuyệt vời, thật đáng quý ở chỗ các cháu có một tấm lòng đặc biệt yêu quý văn chương. Có mấy nhà thơ trên đời này được các con thu gom bài vở và bỏ tiền in ấn tác phẩm cho cha? Tập thơ *MÂY KHÓI QUÊ NHÀ* tập hợp những bài thơ chọn lọc của Phạm Cao Hoàng viết trước 1975 đã được thành hình như thế vào năm 2010.

Những buổi gặp gỡ ở nhà Phạm Cao Hoàng, chị Cúc Hoa và các cháu Thiên Kim, Anh Kim, Quỳnh Anh phục vụ chu đáo từng món ăn, từng ly nước. Các cháu cùng tham gia sinh hoạt, lắng nghe các bài thơ, các bản nhạc... Chính trong căn nhà này, họa sĩ Đinh Cường đã phóng bút viết một trong những bài thơ hay nhất của ông – *"Đoạn Ghi Đêm Centreville"* để tặng họa sĩ Nguyễn Trọng Khôi.

Tôi biết vì sao anh vẽ ly thủy tinh
vẽ những viên cuội như có linh hồn
sao chiều nay gặp nhau nhà Phạm Cao Hoàng
Centreville mà như ngồi ở Harvard Square
tiếng chim báo mùa xuân đã về

bình hoa tulipe màu vàng chanh
giọng ca Phong một thời Đà Lạt
những cánh hoa phù dung buồn
ru người con gái ngủ yên bên Hồ Than Thở
mây trên núi Đôi buổi chiều bay thấp xuống
không có bước chân ai về trên đồi thơm (*)
đánh thức những vì sao
đánh thức vầng trăng khuya
trên những mái nhà nguyện cổ Domaine de Marie
hay chuông ban trưa nhà thờ Con Gà
đôi má ửng hồng áo len xanh
nụ hôn đầu giấu dưới hàng hoa mimosa

Tôi biết vì sao anh vẽ ly thủy tinh
vẽ những viên cuội như có linh hồn
viên cuội trắng của tôi thời trẻ dại
thủy tinh buồn thoáng hiện bóng ai xưa...
(Đinh Cường – Đoạn Ghi Đêm Centreville, 28.2.2011)

Căn nhà nhỏ đó có thật nhiều kỷ niệm với bạn bè. Nguyên Minh, chủ biên tập san Quán Văn (Sài Gòn), các bạn chủ biên trang Tiền Vệ (Úc Đại Lợi), Nguyễn Quyết Thắng và Minh Chiến (Hà Lan) và nhiều văn nghệ sĩ khác từng ghé đến nơi này: Đinh Cường, Trương Vũ, Nguyễn Trọng Khôi và Mai Phúc, Nguyễn Ngọc Phong và Tôn Nữ Phú, Chân Phương, Trần Doãn Nho, Hoàng Ngọc Lĩnh, Trần Hoài Thư và Ngọc Yến, Nguyễn Minh Nữu và Kim Mai, Nguyễn Thị Thanh Bình, Bạch Mai, Lê Thiệp, Hoàng Khởi Phong, Nguyễn Xuân Thiệp, Hoài Ziang Duy, Võ Chân Cửu, Trần Phù Thế... từng ghé lại nơi này.

Khi chuyển về căn nhà mới ở Fairfax, một căn nhà biệt lập khang trang, nằm trên sườn đồi Scibilia cỏ xanh mượt và một con suối nhỏ ở khu rừng phía sau nhà, Phạm Cao Hoàng vẫn nhớ về căn nhà nhiều kỷ niệm đó.

Vậy là mình chia tay Ngựa Ô đã được một năm
nhớ Ngựa Ô là nhớ những ngày mùa đông rất lạnh
ba giờ sáng tôi và em ra trước nhà cào tuyết
gió tạt tê người lòng vẫn thấy vui
vì em vẫn đi bên cạnh cuộc đời tôi
và trong căn nhà nhỏ kia
có những mặt trời đang mọc
có tiếng dương cầm Giovanni như dòng suối mát
có tiếng hát Thái Thanh và Tình Hoài Hương
nhớ Ngựa Ô là nhớ con đường
đêm mùa thu tôi cùng em đi về phía hồ Thạch Thảo
tiếng xào xạc của lá vàng
và giọt sương trên vai áo
tôi thương Ngựa Ô và tôi thương em

vậy là mình chia tay Ngựa Ô đã được một năm
nhớ Ngựa Ô là nhớ những đêm
bạn bè hát khúc sầu ca viễn xứ
nhớ Nguyễn Ngọc Phong và Gửi Em, Đà Lạt
nhớ Đinh Cường và Đoạn Ghi Đêm Centreville
nhớ Nguyễn Minh Nữu và Mênh Mông Trời Bất Bạt
nhớ Nguyễn Trọng Khôi và Giấc Mộng Trên Đồi Thơm
nhớ Ngựa Ô là nhớ con đường
in dấu chân bạn bè tôi từ những nơi xa xôi
có khi là nửa vòng trái đất
ngồi bên nhau giọt rượu cay trong mắt
ngồi bên nhau cùng nhớ một quê nhà
quê nhà thì xa mây thì bay qua
đời phiêu bạc như những đám mây trôi giạt
nhớ Ngựa Ô là nhớ những bàn tay ấm áp
tôi thương Ngựa Ô và thương bạn bè tôi
(Phạm Cao Hoàng – Thương Nhớ Ngựa Ô, 2014)

Quen với Phạm Cao Hoàng, và rồi thân thiết với Phạm Cao Hoàng thoáng thế mà đã 10 năm. Tôi bàng hoàng với bài thơ *"Thơ Tặng Người Tuổi Trẻ"* cách đây 50 năm, nhưng lại chia sẻ cảm xúc nhớ nhung qua bài *"Nhớ Cúc Hoa"*, và tâm huyết với Phạm Cao Hoàng qua bài *"Cha Tôi"*.

và bài thơ tôi viết đêm nay
là bài thơ sau bốn mươi năm
kể từ hôm vượt đèo Ngoạn Mục xuống Sông Pha
chạy ra Tuy Hòa
trở vô Sài Gòn
và nhận tin cha tôi đã chết
ông qua đời khi chiến tranh kết thúc
để lại trần gian nỗi nhớ khôn nguôi
để lại đàn con trên quê hương tan tác
để lại trong tôi vết thương mang theo suốt cuộc đời

bốn mươi năm rồi con vẫn nhớ, cha ơi!
ngày mùa đông cha mặc áo tơi ra ruộng
ngày nắng lửa cha gò mình đạp lúa
những sớm tinh mơ cùng đàn bò
lầm lũi đi về phía bờ mương
rồi mùa thu cha đưa con đến trường
con thương ngọn gió nồm
mát rượi tuổi thơ những ngày đầu đi học
đi ngang qua Duồng Buồng [(*)]
bọn nhỏ trong thôn vẫn thường trêu chọc:
chiều chiều ngọn gió thổi lên
học trò Thầy Bốn chẳng nên đứa nào
thương cha một đời lận đận lao đao
cầm lấy chiếc cày để tay con được cầm cuốn sách
thương chiếc áo cha một đời thơm mùi đất
thương đất quê mình thơm mãi mùi hương
rồi mùa thu cha đưa con đến trường
con thương những con đường
cha đã dẫn con đi về phía trước
con vẫn còn đi sao cha đành dừng bước
bốn mươi năm trời con thương nhớ, cha ơi
(Phạm Cao Hoàng – Cha Tôi, 2015)

Bài thơ viết về người Cha, đẫm trong lời thơ là cái tình man mác của kính và yêu. Một đề tài ít có trong thơ và lại là một đề tài xúc động. Trong rất ít những bài thơ viết về Cha trong thơ hiện đại, tôi nghĩ bài "Cha Tôi" của Phạm Cao Hoàng là một bài xuất sắc, rung động lòng người. Bài thơ như những sợi máu rút ra từ trái tim nhân hậu.

Một kỷ niệm với Phạm Cao Hoàng, mà kỷ niệm đẹp này chỉ tôi biết chứ Hoàng không hề biết. Năm 2020, tôi có ý định tập họp một số anh em bằng hữu thực hiện một tuyển tập tên là *GHI NHẬN 2020*. Khi tôi nói ý định này với Hoàng, Hoàng nồng nhiệt khuyến khích và tham gia với tôi. Hoàng hỏi tôi định in ở đâu, xuất bản thế nào. Khi tôi trả lời chưa quyết định gì cả, Hoàng nhiệt thành giới thiệu nhà xuất bản Nhân Ảnh và người layout bài vở chuyên nghiệp là Nguyễn Thành ở Việt Nam. Lê Hân của nhà xuất bản Nhân Ảnh thì tôi có biết, còn Nguyễn Thành thì dù chưa thân lắm, nhưng chúng tôi đã từng gặp mặt nhiều lần, kể cả ngồi riêng hai đứa uống cà phê chuyện trò. Thế nhưng khi Phạm Cao Hoàng đề nghị tôi giao bản thảo cho Nguyễn Thành layout, sau khi cúp điện thoại, Hoàng đã gửi tôi một email, trong đó Hoàng đã viết nháp sẵn một cái thư để tôi gửi cho Nguyễn Thành. Tất nhiên bức thư đó tôi không sử dụng, bởi vì tôi đủ tình thân để gọi cho Nguyễn Thành nói chuyện trình bày layout và giá tiền phải trả. Nhưng bức thư nháp của Phạm Cao Hoàng lại làm tôi xúc động. Bạn tôi quá chân tình, và tình cảm dành cho tôi quá nồng nhiệt, việc của tôi mà bạn đã tự động coi như trách nhiệm của mình, bằng hết sức của mình giới thiệu để công việc được suôn sẻ hoàn mãn. Tôi im lặng để hưởng thụ cái cảm giác được chăm sóc đó.

Từ mùa dịch bệnh, cả năm nay tôi và Hoàng ít có dịp gặp nhau, và hoàn toàn không có được những lần ghé nhà không cần báo trước, để hai đứa ra cái deck sau nhà, nhìn xuống dòng suối chảy lờ lững bên dưới, thấp thoáng đôi khi vài chú nai ngơ ngác, nghe tiếng chim kêu, uống ly cà phê và luôn luôn có chút bánh ngọt chị Cúc Hoa đem ra dù đến không báo trước. Bao giờ Hoàng cũng chuẩn bị sẵn một cái gạt tàn thuốc lá dù anh không hút. Chúng tôi không có thói quen gọi điện thoại hỏi thăm nhau, mà chỉ gọi khi cần, nhưng mênh mang và thương nhớ nhiều lắm. Xin ghi lại đây một bài thơ của Phạm Cao Hoàng, bài tâm sự với người tình, nhưng sao chúng ta không nghĩ là lời tâm sự với bạn bè chứ? Bài *"Cũng May Còn Có Nơi Này"*:

rồi em và tôi đi xa
mang theo hình bóng quê nhà thân thương
bây giờ đời đã muộn màng
nửa vòng trái đất lang thang quê người
xa quê hương em và tôi
cùng chia nhau những ngọt bùi đắng cay
cũng may còn có nơi này
có mây có khói có cây cỏ và...
có rừng Scibilia
để tôi còn nhớ chút Đà Lạt xưa
để còn mơ một ngày về
đi về phía Ngã Ba Chùa cùng em
đi tìm lại chút êm đềm
đoạn serenade và đêm thơ tình
nụ cười em lúc bình minh
bàn tay rất ấm hôm mình quen nhau
và căn nhà thuở ban đầu
bức tranh và những gam màu tôi yêu
đi tìm lại những buổi chiều
qua cây cầu nhỏ tôi theo em về
đi tìm lại những đam mê
những hò hẹn những đợi chờ ngất ngây
cũng may còn có nơi này
để tôi còn có những ngày bên em.

(Phạm Cao Hoàng – Cũng May Còn Có Nơi Này, 2015)

NGUYỄN MINH NỮU
Virginia, 4.2021

NGUYỄN THỊ HẢI HÀ

ĐỌC "MÂY KHÓI QUÊ NHÀ" CỦA PHẠM CAO HOÀNG

Nhà văn Nguyễn Thị Hải Hà

Tôi thấy nhiều nhà thơ chọn khoảng thời gian mười năm làm cái mốc đánh dấu sự thay đổi, thường là nhìn lại một cuộc tình. Vâng, vâng, tôi nhớ Nguyễn Tất Nhiên với hai năm tình lận đận và năm năm trời không gặp của Phạm Văn Bình hay chỉ cần một năm qua là phai mờ hương cũ như trong bài hát của Phạm Duy. Tôi mạo muội xem đây là trường hợp ngoại lệ bởi vì tôi có thể dẫn chứng nhiều nhà thơ khác, Vũ Hoàng Chương chẳng hạn, đã dùng mốc thời gian mười năm đánh dấu mối tình. Trong bài thơ *Lá Thư Ngày Trước* Vũ Hoàng Chương hai lần nhắc đến chữ mười năm.

yêu một khắc để mang sầu trọn kiếp
tình mười năm còn lại những tờ thư

và

yêu mê thế để mang sầu trọn kiếp
tình mười năm còn lại chút này đây

và

thế mà tan tác mười năm mộng
có kẻ ra đi chẳng một lời
nửa kiếp lênh đênh dừng phố cũ
một mình trơ với tuổi ba mươi
(Phố Cũ)

và

Thời gian qua, anh chỉ suốt mười năm
tiếc cho hoa đang nụ nguyệt đang rằm
(Tình Xưa)

Không riêng gì nhà thơ Vũ Hoàng Chương, nhà thơ Phạm Công Thiện cũng dùng cái mốc mười năm để tưởng nhớ trong bài thơ Bất Nhị.

mười năm qua gió thổi đồi tây
tôi long đong theo bóng chim gầy
một sớm em về ru giấc ngủ
bông trời bay trắng cả rừng cây

Mười năm trong thơ Vũ Hoàng Chương là thời gian chứa đầy cơn đau, ngỡ ngàng với mất mát. Mười năm trong thơ của Phạm Công Thiện lãng đãng như cánh chim, hoa trắng phất phơ đầy trong gió, phảng phất hương Thiền Ngoài Vũ Hoàng Chương còn có Phạm Thiên Thư *(Dấu Chân Chim)*, Nguyễn Bắc Sơn *(Một Ngày Nhàn Rỗi)*, và Trần Dzạ Lữ *(Mười Năm Ở Chợ)* là vài thí dụ tiêu biểu.

Tập thơ *Mây Khói Quê Nhà* của Phạm Cao Hoàng bao gồm các chủ đề thường thấy ở các nhà thơ cùng thế hệ với ông, như *Nỗi Buồn Chiến Tranh, Tuổi Trẻ, Tình Yêu, và Thân Phận Tha Hương*. Bài thơ đầu tiên *Đi Giữa Chiến Tranh* viết năm 1969 vào thời điểm Việt Nam đang triền miên trong lửa đạn. Tuổi trẻ Việt Nam như những chàng Romeo ngây thơ, bước vào chiến tranh là đương đầu với cái chết. Phạm Cao Hoàng trong khi thương tiếc cho tuổi trẻ của thế hệ ông đã dùng cái mốc thời gian mười năm.

quê cũ mười năm mây lớp lớp
mười năm mưa khóc buổi sang mùa
dưới trời sương lạnh rơi tan tác
rét mùa đông cũ rét lê thê

Mây lớp lớp làm tôi nghĩ đến câu thơ *"bạch vân thiên tải không du du"* (có ai đó đã dịch là ngàn năm mây trắng lửng lơ trôi) và từ đó thấy ngậm ngùi khi mây vẫn vô tư bay hoài ngàn năm còn những cuộc đời trai trẻ bị cắt ngắn trong chiến tranh. Mười năm ông xa nhà vì chiến cuộc, nỗi nhớ quê nhà gắn liền với cái rét của mùa đông được viết thành những câu thơ ăm ắp nỗi buồn. Không buồn sao được vì:

ai bắn vào hồn tôi trái nổ
đứt từng mạch máu nát tim tôi
vỡ vỡ chiều nay tôi sắp vỡ
chiến tranh chiến tranh bao giờ thôi

Các nhà thơ Việt Nam người nào cũng phản chiến. Càng mang tính chất nhân bản, càng thương yêu cuộc đời và loài người người ta càng nên chống chiến tranh, ngoại trừ khi cần phải bảo vệ quê hương.

Trong bài thơ Hành Phương Đông nhà thơ Phạm Cao Hoàng trở lại với thời điểm mười năm.

người ba mươi ta cũng ba mươi
kể cũng đã mười năm rồi, xa lắc
thì vui đi cho hết một đời
rằng ta kẻ trời cho sống sót

mười năm, ta hay ngươi người viễn khách
rét chưa về mà hồn lạnh căm căm

kể cũng đã mười năm rồi ngươi hỡi
ngửa nghiêng cùng lịch sử thăng trầm
(Hành Phương Đông)

Có một điều tôi chú ý và lấy làm thú vị ở đoạn thơ trích trong bài *Hành Phương Đông* là bài này được viết vào năm 1971 có nghĩa là lúc ấy tác giả Phạm Cao Hoàng mới hai mươi mốt tuổi thôi. Mười năm trước tác giả chỉ là một chú bé mười một tuổi. Điều gì đã xảy ra và tác động đến tâm hồn của nhà thơ? Phải chăng đây là một dụng ý khéo léo của tác giả khiến ông chủ bút tờ báo nghĩ làbài thơ là của một nhà thơ già dặn tuổi đời? Đọc tập thơ *Mây Khói Quê Nhà*, tôi thấy những bài thơ từ năm 1969 cho đến 1971 có phong cách của một người viết (ra vẻ) già dặn, đó là giọng thơ của một tráng sĩ phong sương, đặc biệt là bài *Hành Phương Đông*. Tuy nhiên, phân tích cho kỹ thì đây là những bài thơ mà nhà thơ trẻ tuổi Phạm Cao Hoàng chịu ảnh hưởng của nhiều nhà thơ tên tuổi thời tiền chiến như Nguyễn Bính *(Hành Phương Nam)*, Huy Cận *(Trường Giang)*, Thâm Tâm *(Tống Biệt Hành)*. Sự ảnh hưởng này làm thơ của ông thêm phần phong phú như cách dùng điển tích của các nhà thơ xưa. Mây lớp lớp làm người đọc không khỏi rung động nghĩ đến hình ảnh tuyệt đẹp của

lớp lớp mây cao đùn núi bạc
chim nghiêng cánh nhỏ bóng chiều sa
chiều quê dơn dợn vời con nước
không khói hoàng hôn cũng nhớ nhà
(Trường Giang, Huy Cận)

Kể từ năm 1973 nhà thơ Phạm Cao Hoàng chuyển hướng, viết rất nhiều thơ tình. Từ năm 1973 cho đến năm 1979 tôi không thấy cáimốc thời gian mười năm và giọng thơ không còn cái vẻ tráng sĩ phong sương nữa. Mãi đến năm 2009 trong bài thơ *Dù Sao Vẫn Cám Ơn Đời* ông viết ở Virginia năm 2009 để tặng nhà thơ Trần Hoài Thư ông mới dùng lại mốc thời gian mười năm.

Mười năm là một khoảng thời gian đủ dài để nỗi đau của một mối tình tan vỡ lắng xuống, chỉ còn đọng lại những ngậm ngùi, nhưng mười năm xa quê mà nỗi nhớ nhà trong tim ông vẫn cồn cào.

mười năm nước chảy qua cầu
chuyện người xa xứ là câu chuyện buồn
mười năm sống kiếp tha phương
thân nơi biển bắc mà hồn biển đông
mười năm thương ruộng nhớ đồng
lòng còn ở lại sao không quay về
mười năm nhớ đất thương quê
bước đi một bước nặng nề đôi chân
mười năm một thoáng phù vân
tiếng chim vườn cũ mùa trăng quê người
dù sao vẫn cám ơn đời
biển xanh và sóng núi đồi và em

mười năm như một giấc mơ

Đem so sánh hai bài thơ cùng dùng cái mốc mười năm, *Đi Giữa Chiến Tranh* (1969) và *Dù Sao Vẫn Cám Ơn Đời* (2009) tôi thấy rõ ràng một bước tiến dài trong cách ông thể hiện tình cảm. Trong bài sau, câu thơ biểu lộ tình cảm đậm đà hơn, lời thơ chất chứa suy tư hơn. Ở đây phải công bằng mà nói, trong bài thơ *Đi Giữa Chiến Tranh* ông chỉ có hai câu nói về mười năm nhưng ông dùng chữ mây lớp lớp gợi lên sự phù du của kiếp người và cái vô tình của thời gian rất đắc. Khi nhà thơ còn trẻ tuổi ông dùng mưa thay nước mắt để tả nỗi buồn. Vài mươi năm sau cũng là nỗi buồn mười năm nhưng câu thơ cô đọng, lời thơ mượt mà, tình cảm sâu kín mà nồng nàn. Bài thơ cho thấy tác giả buồn vì nhiều nỗi, chuyện đất nước sau cơn chinh chiến, chuyện tha hương, và chuyện đời người. Câu thơ Tiếng chim vườn cũ mùa trăng quê người tràn ngập âm thanh và hình ảnh lồng trong không gian của quá khứ; và câu thơ biển xanh và sóng, núi đồi và em, cho tôi thấy rằng nhà thơ sống kiếp tha hương không thể tách rời hình ảnh người thương ra khỏi thiên nhiên.

Viết về thơ là một hành động mạo hiểm bởi vì tôi là "người ngoại đạo"; tuy nhiên, mạo hiểm có sức quyến rũ của nó. Rào trước đón sau để xin tác giả và độc giả tha cho cái mạo muội của tôi. Nhờ vào rừng lạ tôi hái được vài đóa hoa lạ. Ngoài cái mốc thời gian mười năm tôi thấy biểu tượng "mây" được nhà thơ Phạm Cao Hoàng dùng suốt chiều dài tập thơ. Hy vọng tôi sẽ có dịp giúp vui độc giả về biểu tượng mây trong thơ Phạm Cao Hoàng ở một bài viết khác. Để chấm dứt xin mời bạn đọc bốn câu thơ trong bài *Mây Khói Quê Nhà* được viết năm 1999. Qua bốn câu thơ này độc giả sẽ thấy nhan đề của tác phẩm.

bữa đó con về thăm Phú Thứ
gặp lại mùi hương của ruộng đồng
gặp lại những năm và tháng cũ
mây khói quê nhà nhẹ bước chân.

NGUYỄN THỊ HẢI HÀ
New Jersey, 2011

NGUYỄN VY KHANH
THƠ CA PHẠM CAO HOÀNG Ở QUÊ NGƯỜI

Nhà nghiên cứu phê bình văn học Nguyễn Vy Khanh

Vào đầu thế kỷ XXI, văn-học hải-ngoại sau một phần tư thế kỷ đã phải chuyển động theo lẽ tự nhiên lão hóa và bất ngờ thêm nhân tố từ trong nước gia nhập cộng đồng ở ngoài nước từ nay đa dạng hơn nhưng đa số vẫn là tập thể tị nạn cùng con cháu họ và nói chung mang cùng tâm thức. Thi ca từng phong phú về giá trị nghệ thuật và số lượng ở thế hệ người Việt hải ngoại thứ nhất, rồi dần yếu đi - phải chăng đã đủ chứng tích, hay ý chí sáng tạo thơ muôn đời đã bớt hoặc hết còn thôi thúc? Đó cũng là thời điểm thơ Phạm Cao Hoàng tái xuất trên trường văn: sau khi định cư ở Hoa Kỳ, đến năm 2005 ông cầm bút trở lại. Nếu trước biến cố 30-4-1975, thơ ca Phạm Cao Hoàng nội dung chủ yếu về chiến-tranh, tình-yêu và quê-hương – cả ba có thể tìm thấy trong *Đời Như Một Khúc Nhạc Buồn* 1972 và *Tạ Ơn Những Giọt Sương* 1974 – sau được tái bản trong tuyển thơ *Mây Khói Quê Nhà* năm 2010, thì thời hải ngoại, ngoài thơ và truyện ngắn, ông còn viết một số ca khúc và điều hành trang mạng Blog Phạm Cao Hoàng sau được chuyển thành Trang Văn Học Nghệ Thuật Phạm Cao Hoàng *phamcaohoang.com*.

Tác phẩm Phạm Cao Hoàng đã xuất bản ở quê người gồm tập truyện và tạp bút *Mơ Cùng Tôi Giấc Mơ Đà Lạt* (2013) và tập thơ *Đất Còn Thơm Mãi Mùi Hương* (2015), đều do nhà Thư Ấn Quán ở New Jersey, Hoa-Kỳ xuất bản.

Đất Còn Thơm Mãi Mùi Hương đến với văn học hải ngoại như những hồi tưởng, tiếc nuối và tâm tình nhẹ nhàng, trầm lắng, rất Việt Nam và thiển nghĩ tiêu biểu cho một dòng văn chương lưu vong, xa quê.

Qua những hồi tưởng thâm trầm này, nhà thơ ghi lại cơn bão dữ đã ập xuống miền Nam ngày 30-4-1975 và đã đày đọa người dân sau những tan nát của cuộc chiến huynh đệ tưởng đã quá đủ:

"khi về thăm lại cố hương
thấy quê nhà nghĩ càng thương quê nhà
hắt hiu một bóng mẹ già
một ngôi mộ cỏ xanh và khổ đau
bâng khuâng một chút vườn sau

ngậm ngùi ngõ trước lao xao nắng vàng
đã qua chưa cuộc điêu tàn
đám mây năm cũ biết tan nơi nào"
(Tuy Hòa, 1976 "Sau chiến tranh trở lại Tuy Hòa")

Người người không phân biệt tuổi tác đã phải tìm sống còn, dĩ nhiên "người thi sĩ ấy không còn làm thơ" như tựa bài thơ của 10 năm sau ngày định mệnh ấy:

"mười năm và mười mùa đông
người thi sĩ ấy không còn làm thơ
còn chăng là tiếng ngựa thồ
thở khi lên dốc bụi mờ mịt bay
còn chăng là hai bàn tay
đã chai sạm với tháng ngày gian nan
còn chăng là mây lang thang
trên đồi gió hú bạt ngàn rừng thông
còn chăng là đêm mênh mông
người ngồi nhớ một dòng sông cạn rồi"
(Đà Lạt, 1985 "Người thi sĩ ấy không còn làm thơ")

Rồi đến lúc phải bỏ quê hương mà đi - ra đi đã là một mất mát và quyết định ly hương luôn đã là một khó khăn chẳng đặng đừng. Ngay trong những bài thơ đầu sáng tác ở hải ngoại, Phạm Cao Hoàng đã nói nhiều đến những nỗi nhớ quê nhà:

"khi dừng lại bên dòng Potomac
em bên tôi vẫn rất dịu dàng
gió lồng lộng cả một trời đông bắc
tóc em bay trong nắng thu vàng
...
khi dừng lại bên dòng Potomac
tôi và em nhìn lại quê nhà
buồn hiu hắt thương về chốn cũ
phía chân trời đã mịt mù xa"
(Virginia, 2005 "Khi dừng lại bên dòng Potomac").

Quê hương dù cách biệt nhưng luôn hiện diện, vẫn còn đó, nơi "đất còn thơm mãi mùi hương" ngay cả trong trí tưởng và cảm quan người phải xa xứ. Nhiều năm qua đi, nỗi nhớ ở nhà thơ vẫn ngập tràn, vẫn "nặng nề đôi chân" - nhưng "dù sao vẫn cám ơn đời" như tựa đề cho một bài thơ khác:

"mười năm nước chảy qua cầu
chuyện người xa xứ là câu chuyện buồn
mười năm sống kiếp tha phương
thân nơi biển Bắc mà hồn biển Đông
mười năm thương ruộng nhớ đồng
lòng còn ở lại sao không quay về
mười năm nhớ đất thương quê
bước đi một bước nặng nề đôi chân
mười năm một thoáng phù vân
tiếng chim vườn cũ mùa trăng quê người"
(Virginia, 2009 "Dù sao vẫn cám ơn đời")

Làm kiếp người Việt Nam luôn phải ra đi – rời nơi "chôn nhau cắt rốn" thời chinh chiến, rời xa quê hương chấp nhận sống kiếp lưu vong, làm sao không nghĩ đến cái Chết. Cái chết đã là định mệnh sinh bệnh lão tử của nhân sinh, là chuyện không thể tránh, cái sẽ đến và sẽ đến, như cuối một đoạn đường, chỉ có trước hay sau. Nhưng trong tình cảnh lưu-vong, cái Chết mang tính tức tưởi, đớn đau vì như thiếu sót gì đó, như không tự nhiên! Du Tử Lê đã sớm đem vào thơ hình ảnh cái chết non, tức tưởi, kết thúc một cuộc sống đứt đoạn *"Khi tôi chết nỗi buồn kia cũng hết / đời lưu vong tận tuyệt với linh hồn"*. Thái Tú Hạp hiện hữu bất ổn *"ta giờ trăng chết ở trong tâm"*. Ở Mai Thảo là những "miếu đền" hiện ra trên hành trình tâm thức đến với cái chết như là ý nghĩa sau cùng, lúc thân xác suy thoái, hủy hoại. Sống hôm nay mà các thi nhân đã nghĩ đến lúc cuối, riêng Phạm Cao Hoàng kín đáo thầm mong *"mai kia tôi là hạt bụi"* sẽ "bay về phía Thái Bình Dương":

"…. nhớ ngày tôi đi biển khóc
bóng cha tôi ở cuối đường
và cánh đồng trơ gốc rạ
đất còn thơm mãi mùi hương

nhớ ngày tôi đi mẹ khóc
ruộng vườn bỏ lại sau lưng
mây mù che ngang đèo Cả
đường xa mưa gió mịt mùng

tôi đi và tôi đi mãi
dừng chân ở lại cao nguyên
tưởng đâu đất lành chim đậu
nào ngờ đời vẫn chưa yên

tôi đi và tôi đi mãi
quê nhà bỏ lại sau lưng
quê người gian nan vất vả
đường xa mây khói mịt mùng

tôi đi và tôi đi mãi
tôi đi tìm một mái nhà
rồi một ngày kia dừng lại
bên rừng Scibilia

những chiều mùa thu lá rụng
những ngày lạnh buổi đầu đông
nhìn mây bay về cố xứ
nhớ quê hương đến thắt lòng

bây giờ còn mong chi nữa
tôi đi ở cuối con đường
mai kia tôi là hạt bụi
bay về phía Thái Bình Dương"
(Virginia, 2014 "Mai kia tôi là hạt bụi").

Những hình ảnh cha mẹ và quê nhà nơi "cánh đồng trơ gốc rạ", nơi "đường xa mây khói mịt mùng" và "mây mù che ngang đèo" đã hơn một lần được nhà thơ nhắc nhớ. Trong *Bây Giờ*, tác giả ghi "cho Cúc Hoa và tôi, một thời lưu lạc" – tức là hôm nay nói chuyện cả cuộc đời người phối ngẫu đã chia ngọt sẻ bùi từ Tuy Hòa, Đà Lạt đến xứ người chung nỗi nhớ quê nhà:

"bây giờ nhớ núi nhớ rừng
nhớ sông nhớ biển nhớ trăng quê nhà
thương em ngày nắng Tuy Hòa
chiều mưa Đức Trọng, sáng Đà Lạt sương
thương em và những con đường
một thời tôi đã cùng em đi về
bây giờ lạ đất lạ quê
bước chân phiêu bạc biết về nơi đâu...

về đâu chẳng biết về đâu
thôi thì về lại buổi đầu gặp em
dòng sông xưa ấy êm đềm
mùa thu năm ấy bên thềm lá bay
bàn tay nắm chặt bàn tay
dìu nhau qua những tháng ngày gian nan

bây giờ ngồi nhớ Việt Nam
bên trời tuyết lạnh hai hàng lệ rơi"
(Virginia, 2009 "Bây giờ")

Nỗi niềm nhung nhớ quê hương gần như thường trực, khi chuyển mùa, khi tuyết rơi cũng như khi nắng khi mưa – tựu trung mùa nào cũng không tránh được nhớ nhung quê nhà, cả khi đang trở về thăm lại cố hương:

"vậy là bốn mươi hai năm
từ khi giã biệt dòng sông quê nhà
từ khi từ biệt Tuy Hòa
tôi lên Đà Lạt rồi qua Hoa Kỳ
đi thì vẫn cứ phải đi
trở về thì vẫn đôi khi phải về
dẫu gì đất cũng là quê
là hương của những ngày xưa êm đềm
dẫu gì máu cũng về tim
vườn xưa vẫn nhớ tiếng chim thiếu thời
và tôi nhớ tuổi thơ tôi
chiều thu nhớ nắng đêm ngồi nhớ trăng
mùa đông nhớ một chỗ nằm
về đây lại nhớ những năm tháng buồn
bốn mươi hai năm, chưa quên!"
(Tuy Hòa, 28.9.2017 "Bốn mươi hai năm, chưa quên").

Nhớ quê hương qua địa danh những chốn đã ghi dấu chân, những "sương khói", "mùi hương" đã không thể tách rời tâm tưởng. Nỗi buồn nhớ càng thắm thiết hơn khi nhìn cảnh vật xứ người và như vậy mỗi năm sang mùa nỗi ấy càng thấm sâu cõi lòng.

Nhà thơ đã trở về quê-hương, tìm lại những nơi đã yêu, đã sinh sống thời trẻ, ngôi trường cũ thời làm nhà giáo: Tuy Hòa, Đà Lạt. Những cuộc tìm-về có hạn chế bước đi nhưng vô tận trong tâm thức mà thân phận xa xứ vẫn hoài canh cánh:

"... và tôi lại chia tay Đà Lạt
trở lại quê người với những cơn bão tuyết mùa đông
tôi mang theo nỗi buồn xa xứ
và nỗi hoài hương nặng trĩu trong lòng

tôi lại thấy bóng tôi bên dòng Potomac
bên bờ Đại Tây Dương nghe quê hương
réo gọi trái tim mình
đi không phải là đi biệt xứ
thương quê nhà còn lại phía sau lưng
lại cùng em lang thang bên hồ Thạch Thảo
nói với em về một đoạn đời buồn
nói với em về những dòng sông lưu lạc
trôi về đâu rồi cũng muốn trở về nguồn ..."
(Virginia, 2012 "Chia tay Đà Lạt")

Đà Lạt cũng là nơi nhà thơ ban sơ gặp Cúc Hoa và trở thành người bạn đời. Người nữ này thường xuất hiện trong thơ Phạm Cao Hoàng, như hiện diện không thể thiếu, như "vợ hiền", "bạn tốt" và như "một bà tiên":

"ra vườn trong sương sớm
hái mấy đóa hồng nhung
tặng em, mừng sinh nhật
chim hót vang khu vườn

bao nhiêu năm chung sống
có lúc gạo không còn
có khi rau cũng hết
cửa nhà thì trống trơn

vẫn đi về phía trước
gian khổ cùng chia nhau
hạnh phúc là có thật
từ tình yêu nhiệm mầu

bao nhiêu năm chung sống
em là cô vợ hiền
em là người bạn tốt
em là một bà tiên

em đã cho tôi hiểu
đời chỉ sống một lần
giữ tấm lòng chung thủy
cho người mình yêu thương

ra vườn trong sương sớm
buổi sáng thật êm đềm
một nụ hôn, em nhé
chúc mừng sinh nhật em"
(Virginia, tháng 6.2021 "Quà sinh nhật cho em")

Thơ Phạm Cao Hoàng còn đầy tình bằng hữu, một thời và mãi mãi, ở Tuy Hòa, Cao nguyên,... và một thời khác, ở quê người lưu lạc, ở quê nhà gặp lại, và trong những giấc mơ. Những người bạn và những kỷ niệm không thể mờ, phai, vì nhà thơ khi nghĩ đến là như sống lại, như vẫn sống, nhất là được tái ngộ hoặc sinh hoạt cùng. Những Trần Hoài Thư, Đinh Cường, Đỗ Chu Thăng, Phạm Văn Nhàn, Trương Vũ, Lê Hân, Nguyễn Xuân Thiệp, v.v...

"sau chiến tranh chúng ta là những người sống sót
còn gặp lại nhau là đủ vui rồi
đêm ở New Jersey
nhắc với nhau về những ngày tháng xa xôi
về người bạn đề thơ trên vách tường năm ấy (1)
về người bạn lên Pleime rồi chẳng bao giờ trở lại (2)
về người bạn mấy lần bị thương
ở Bình Định Qui Nhơn (3)
về cà phê quán sớm bên đường
về căn nhà cửa không bao giờ khóa ..."
(New Jersey, 5.2017
"Ở New Jersey, gặp lại Phạm Văn Nhàn")

(1)Lê Văn Trung; (2) Nguyễn Phương Loan; (3) Trần Hoài Thư

Chuyện thời sự của hôm nay, của cá nhân và của thế giới đi vào thơ Phạm Cao Hoàng với đủ nét và cường độ của hiện thực. Như chuyện đại dịch – vô tình cũng là "bốn năm sau ngày anh Đinh Cường ra đi" như tựa một bản thi:

"... bốn năm sau ngày anh Đinh Cường ra đi
những buổi gặp gỡ ở miền Đông thưa thớt dần

... đóng cửa đóng cửa đóng cửa
những nơi chúng tôi thường lui tới bây giờ đóng cửa hết rồi
còn chăng là nỗi ngậm ngùi và luyến tiếc những ngày tháng êm đềm giờ chỉ còn trong hoài niệm

bốn năm sau ngày anh Đinh Cường ra đi
miền Đông xơ xác trong cơn đại dịch
muốn đến Studio Trương Vũ xem những bức tranh mới vẽ nhưng không thể
muốn nâng ly cùng các anh Nguyễn Mạnh Hùng, Nguyễn Tường Giang, Phạm Nhuận, Đặng Đình Khiết, Phạm Thành Châu... nhưng không thể
muốn cụng ly cùng các bạn Nguyễn Minh Nữu, Nguyễn Quang, Nguyễn Thị Thanh Bình, Trần Anh Chương, Đinh Trường Chinh... nhưng không thể
các bạn tôi, nhà nào cũng đóng cửa
stay-at-home, stay-at-home, stay-at-home

bốn năm sau ngày anh Đinh Cường ra đi
miền Đông bây giờ tiêu điều trong cơn đại dịch
hàng quán im lìm phố xá hoang vu
muốn ghé Starbucks ngồi nhâm nhi một ly cà phê nhưng không thể
drive-thru only
không còn nghe tiếng nhạc xập xình phát ra từ sân nhà người hàng xóm Mễ Tây Cơ mỗi chiều thứ Bảy

không còn thấy nụ cười hiền hòa của người miền Đông vì những chiếc khẩu trang che mất
chỉ còn những ánh mắt nhìn nhau ngơ ngác
thầm hỏi nhau: miền Đông rồi sẽ ra sao?
thầm hỏi nhau: chúng ta rồi sẽ ra sao?"
Virginia, 12.5.2020

Sống và sinh hoạt văn nghệ xa quê nhà, tâm hồn đa cảm Phạm Cao Hoàng vẫn hoài hy vọng *"rồi một hôm chim bay về núi cũ"*:

> *"rồi một hôm chim bay về núi cũ*
> *đậu trên triền vách đá cheo leo*
> *nhìn xuống dưới: một trần gian khốn khổ*
> *chìm trong cơn đại dịch tiêu điều*
>
> *nhìn xuống dưới: những con đường vắng ngắt*
> *những căn nhà cửa đóng then cài*
> *những tiếng thở dài trong đêm bão rớt*
> *những phận người không biết được ngày mai*
>
> *và đâu đó có tiếng ai than khóc*
> *những cuộc chia tay không kịp giã từ*
> *những nấm mồ mọc lên vội vã*
> *những phận người như lá mùa thu*
>
> *rồi một hôm chim bay về núi cũ*
> *đậu trên triền vách đá cheo leo*
> *nhìn xuống dưới thì thầm cầu nguyện*
> *từ nơi xa vọng lại tiếng chuông chiều"*
> (Virginia, tháng 9.2021
> "Rồi một hôm chim bay về núi cũ")

Gập thi tập *Đất Còn Thơm Mãi Mùi Hương*, cái còn lại ở người yêu thơ ông sẽ là hình thức không kiểu cách, nội dung cũng đơn thuần như con chữ vốn sẵn có, như những cụm từ quen thuộc, nhà thơ đã tập trung vào con chữ và văn bản như một ám ảnh hay tâm sự. Nỗi nhớ có quay quắt, con chữ ở nhà thơ vẫn nho nhã, nhẹ nhàng. Đấy là thơ Phạm Cao Hoàng, nhà thơ trung thành với quá-khứ, quê hương và với văn-chương!

NGUYỄN VY KHANH

Canada, ngày cận Tết Quý Mão 2023

NGUYỄN XUÂN THIỆP

Phạm Cao Hoàng Và "Đất Còn Thơm Mãi Mùi Hương"

Phạm Cao Hoàng - Thanh Bình - Nguyễn Xuân Thiệp - Nguyễn Minh Nữu
Virginia, 13.1.2013

cám ơn những sáng êm đềm
khói cà phê quyện bên hiên nhà mình

Hai câu thơ trên của Phạm Cao Hoàng thật bình dị nhưng đã ở lại trong tâm trí nhiều người. Riêng người viết những dòng này không hiểu tại sao từ lâu nay hồn cứ vấn vương ý thơ trong hai câu vừa trích dẫn của bạn mình.

Và cũng xin được nói lên một điều vẫn giữ cho riêng mình, rằng *tôi từng đi qua những thành phố chiến tranh những ruộng đồng trong bóng hoàng hôn thấy trăng lên trên khu rừng cháy dẫm chân lên đất khổ lưu đày qua nhiều hải cảng mưa buồn sân ga xứ người để rồi về đây được ngồi lại bên hiên nhà với khói cà phê của thơ Phạm Cao Hoàng. Ôi, giản dị, êm đềm và ấm áp biết bao - và đó là hạnh phúc vừa tìm lại được.*

Thật ra tôi chỉ mới được đọc thơ Phạm Cao Hoàng cũng như quen biết anh trong những năm gần đây thôi, không như nhiều bạn bè đã từng gần gũi và mê thơ anh thời tóc hãy còn xanh lòng đầy mộng tưởng. Tại sao mình có sự thiếu sót này nhỉ? Có lẽ vì ở những năm tháng ấy đi qua chiến tranh nhưng còn mải mê theo bạn bè và những bóng đời chung quanh - mà đôi khi ra ngoài vòng văn chương chữ nghĩa. Không gian sống của mình có giới hạn nhưng những vườn hoa trái của người thì mênh mông.

Tôi tìm hiểu xem các bạn đã thấy gì, nghĩ gì về thơ và con người Phạm Cao Hoàng trong những năm chiến tranh. Đoàn Thị Thư ghi lại: ... *"Trước 1975, Phạm Cao Hoàng nổi tiếng trên các tạp chí Bách Khoa, Vấn Đề, Văn, Khởi Hành, Thời Tập, Ý Thức... với những bài thơ tình yêu. Điểm nổi bật trong thơ của Phạm Cao Hoàng là những xúc động đẹp, nồng nàn, và nhẹ nhàng về những điều mà tình cảm anh nắm bắt được"*. Trần Hoài Thư cũng ghi nhận: ... *"Những năm cuối thập niên 60, và đầu 70, thơ Phạm Cao Hoàng đến với người yêu thơ như là một hiện tượng"*. Trần Yên Hòa cho biết: ... *"Tôi đọc thơ anh hồi còn tuổi thanh niên phơi phới, bây giờ tìm lại trong tập thơ này (Mây Khói Quê Nhà), tôi vẫn giữ cảm xúc ấy, bồi hồi và xúc động"*. Mang Viên Long nữa, đã viết như sau về thơ Hoàng: *"... Một không gian thơ trầm lắng, xanh biếc, dạt dào cảm xúc, chơn chất, hồn nhiên, phóng khoáng... Tôi rất thích những bài thơ mặn nồng tình nghĩa đối với quê hương, gia đình, bạn bè và cả những bài thơ tình của Phạm Cao Hoàng vì chúng đã gợi nhớ trong tôi bao điều uẩn khuất mà chưa có thể giãi bày. Phạm Cao Hoàng đã nói hộ cho tôi (cũng như nhiều người) cùng thời, cùng cảnh ngộ, rất trung thực, chân tình".*

Ôi, cũng vì lòng yêu thơ và yêu người, tôi đã ghi nhận lan man. Bây giờ xin đi vào tập thơ *Đất Còn Thơm Mãi Mùi Hương*. Tập thơ gồm khoảng 30 bài Phạm Cao Hoàng viết trong 40 năm (1975 – 2015). Lại một lần nữa hai câu thơ có khói cà phê bên hiên nhà trở lại trong trí Nguyễn. Do đâu mà đất còn thơm mãi mùi hương? Đất nào? Quê nhà hay ở nơi đây?

Xin khoan trả lời câu hỏi. Ta hãy nói tới cái tình của nhà thơ đối với quê hương, đất nước. Cao Thoại Châu một lần đã viết về Phạm Cao Hoàng: "*... Anh đang sống ngoài quê hương mình nhưng trong hồn anh - hồn của một nhà thơ - vẫn đọng lại những thao thức day dứt mà đậm đà đằm thắm làm cho lòng yêu mến quý trọng của tôi đối với anh trở nên bền vững...*"

Quê hương, mảnh đất chôn nhau cắt rốn của Phạm Cao Hoàng là Tuy Hòa. Tuy Hòa với hình sông, bóng núi, ruộng đồng, bãi biển, ga xe lửa... Ôi, Tuy Hòa của một lần trở lại năm 1976. Xin hãy nghe lời kể của Phạm Cao Hoàng:

khi về thăm lại cố hương
thấy quê nhà nghĩ càng thương quê nhà
hắt hiu một bóng mẹ già
một ngôi mộ cỏ xanh và khổ đau
bâng khuâng một chút vườn sau

ngậm ngùi ngõ trước lao xao nắng vàng
đã qua chưa cuộc điêu tàn
đám mây năm cũ biết tan nơi nào
(SAU CHIẾN TRANH TRỞ LẠI TUY HÒA - 1976)

Hơn 20 năm sau, năm 1999, Phạm Cao Hoàng trở về thăm lại Phú Thứ để hít thở mùi hương ruộng đồng và mường tượng lại hình bóng người cha thân yêu. Cái tình của nhà thơ đối với đất cũ người cũ thật là sâu xa cảm động. Trong đó có ngôi trường về thăm lại. Vẫn còn đó gốc phượng già, cây bàng trên sân nhưng bạn bè thì đã thất tán. Chỉ còn lại nỗi buồn nhớ và cô đơn. Ôi, đất Tuy Hòa đối với Phạm Cao Hoàng thân thương biết bao bởi ở đó có hương đất và mồ hôi nước mắt của cha ông, có bạn bè của một thời đầy tiếng động.

Quê hương, với Phạm Cao Hoàng, không chỉ là Tuy Hòa, mà còn là Đà Lạt nữa. Ở đó đặc biệt có Cúc Hoa, người yêu son sắt và là bạn đời của anh.

Cái tình đó sâu đậm, sắt son và mãi mãi. Dấu chân hai người đã in cùng khắp - dưới chân đèo Prenn, trên những con đường dã quỳ vàng, quán cà phê Tùng, quán nhạc Lục Huyền Cầm, con dốc Nhà Làng, rừng thông Đa Thọ, những chiều Thủy Tạ, những sáng mù sương trên mặt Hồ Xuân Hương... Hãy nghe lời kể nồng nàn của Phạm Cao Hoàng:

mười năm và mười mùa đông
trong hơi thở có hương nồng em trao
có tình em rất ngọt ngào
trong veo như giọt sương đèo Prenn
nồng nàn như đêm Lâm Viên
như Đà Lạt với lời nguyền năm xưa

tôi và em vẫn đi về
trên con đường có nhiều hoa dã quỳ
có hò hẹn thuở tình si
có gian nan có nhiều khi rất buồn
...
(NGƯỜI THI SĨ ẤY KHÔNG CÒN LÀM THƠ – 1985)

Đà Lạt thân yêu là vậy mà phải chia xa:

...
và tôi lại chia tay Đà Lạt
chia tay những con đường in dấu chân xưa
chia tay rừng thông và cỏ cây sương khói
chia tay mây trời và gió núi Langbiang
mong bình yên đến với Kim Huê
và những người ở lại
mong một ngày về...
dù chưa biết khi nào
(CHIA TAY ĐÀ LẠT – 2012)

Tôi yêu Đà Lạt bởi có Cúc Hoa trong đó. Dường như ta nghe Phạm Cao Hoàng thì thầm như vậy. Ít người có được cái tình và những lời như tác giả *Đất Còn Thơm Mãi Mùi Hương* nói với người bạn đời của mình. Cảm động nhất là những lúc gian nan, hoạn nạn. Như cách đây mấy năm khi Cúc Hoa phải vào nhà thương cấp cứu vì bị đụng xe, lúc trở về phải ngồi xe lăn:

hôm em ở bệnh viện về
cụm hoa trước ngõ cũng vừa ra bông
đã qua rồi một mùa đông
và qua rồi những ngày không tiếng cười
em đi xe lăn mà vui
lăn đi em nhé cho đời bớt đau
tôi đưa em ra vườn sau

để nhìn lại mấy luống rau em trồng
hái tặng em một đóa hồng
và chia nhau nỗi long đong xứ người
em đi xe lăn mà vui
lăn đi em nhé cho vơi nỗi buồn
đưa em về phía con đường
có con sóc nhỏ vẫn thường chào em
hát em nghe bài Je t'aime
kể em nghe lại chuyện tình Cúc Hoa
em đi xe lăn về nhà
mùa xuân nhè nhẹ bước qua bậc thềm
(ĐÃ QUA RỒI MỘT MÙA ĐÔNG – 2012)

Cũng nhờ ngọn lửa tình yêu cháy mãi, Phạm Cao Hoàng đã vượt qua tất cả để yêu đất yêu người nơi đây. Ngoài cái tình với Cúc Hoa, ở Phạm Cao Hoàng còn có tình bạn thắm thiết. Tất cả góp phần tạo nên cuộc sống của Hoàng quê người... Người yêu Cúc Hoa và bạn bè quả đã giúp anh cảm được hơi ấm của vùng đất mới. Khác với một số người thơ cùng thời, Phạm Cao Hoàng tìm được niềm vui thanh thản, một cõi bình yên cho tâm hồn.

dù sao vẫn cám ơn đời
cỏ cây và gió mặt trời và hoa
cám ơn những đám mây xa
đang bay về phía quê nhà chiều nay
cám ơn những sớm heo may
lạnh se sắt lạnh bên này đại dương
cám ơn giọt nắng vô thường
lung linh ở cuối con đường khổ đau
...
dù sao vẫn cám ơn đời
biển xanh và sóng núi đồi và em
cám ơn những sáng êm đềm

khói cà phê quyện bên hiên nhà mình
đứng bên bờ vực tử sinh
vẫn nghe em hát bản tình ca xưa
(DÙ SAO VẪN CÁM ƠN ĐỜI – 2009)

Đọc thơ Phạm Cao Hoàng, ta thấy tâm hồn anh đầy nhân hậu, bao dung và độ lượng, luôn mở rộng đón nhận những âm vang của đất trời. Ở Phạm Cao Hoàng, không có sự ganh ghét, thù hận hay ra vẻ trí thức triết lý với đời. Thơ anh trong sáng, tự nhiên, bình dị; nhẹ nhàng đi vào hồn người. Đọc thơ Phạm Cao Hoàng ta tìm được niềm an ủi trong tình yêu, gia đình, bạn bè, quê hương đất nước và cuộc sống chung quanh mình.

NGUYỄN XUÂN THIỆP
Garland (Texas), 5.2015

PHẠM VĂN NHÀN
ĐẤT VÀ NGƯỜI

Phạm Văn Nhàn và Phạm Cao Hoàng
New Jersey, 7 tháng 5.2017

Gần đây, đọc được bài thơ *CHA TÔI* của Phạm Cao Hoàng viết về người cha đã qua đời cách đây 40 năm, tôi vô cùng xúc động.

...
ông qua đời khi chiến tranh kết thúc
để lại trần gian nỗi nhớ khôn nguôi
để lại đàn con trên quê hương tan tác
để lại trong tôi vết thương mang theo suốt cuộc đời

bốn mươi năm rồi con vẫn nhớ, cha ơi!
ngày mùa đông cha mặc áo tơi ra ruộng
ngày nắng lửa cha gò mình đạp lúa
những sớm tinh mơ cùng đàn bò
lầm lũi đi về phía bờ mương
...
(CHA TÔI – 2015)

Dạo ấy, mỗi lần ghé Tuy Hòa, tôi ở lại cùng Phạm Cao Hoàng trong căn nhà nhỏ của gia đình Hoàng. Đọc bài thơ *CHA TÔI*, tôi nhớ đến ngôi nhà và hình ảnh của bác trai. Bác cao, hơi gầy và da ngăm đen. Cái đen của nắng và gió, của một người nông dân thuần chất. Hiền và độ lượng. Ngôi nhà có cái chái bếp nấu ăn bằng những thanh củi. Ngôi nhà có bộ ván ngựa mà tôi với Trần Hoài Thư thường nằm ngủ. Ngôi nhà với lối đi từ đường Nguyễn Huệ vào với những thửa ruộng nhỏ như vuông chiếu nằm, đầy ắp tình yêu thương. Đọc bài thơ, hình ảnh bác trai lại hiện ra trước mắt. Sao bác lại qua đời khi chiến tranh kết thúc vậy bác? Còn nỗi buồn nào hơn khi chiến tranh đã chấm dứt trên quê hương mà bác lại ra đi? Sao bác không ở lại để nhìn thấy các con của bác và bạn bè không còn phải sống trong cảnh mịt mù khói lửa của cuộc chiến tranh này?

Và khi đọc bài thơ *MÂY KHÓI QUÊ NHÀ*, tôi muốn viết một chút về Phú Thứ, quê hương của Phạm Cao Hoàng.

...
mùi hương của đất làm con nhớ
những giọt mồ hôi những nhọc nhằn
cha đã vì con mà nhỏ xuống
cho giấc mơ đời con thêm xanh

mùi hương của đất làm con tiếc
những ngày hoa mộng thuở bình yên
nồi cá rô thơm mùa lúa mới
và tiếng cười vui của mẹ hiền
(MÂY KHÓI QUÊ NHÀ – 1999)

Bài thơ làm tôi nhớ đến con đường dọc theo mương dẫn thủy nhập điền từ đập Đồng Cam về tưới tiêu cho những cánh đồng rộng lớn. Tôi đã từng đi trên con đường này. Tôi lại nhớ đến năm tháng ở trại A.30 và ngày được thả cho về trên chuyến xe lam chạy trên con đường ấy dọc theo những cánh đồng xanh màu xanh của lúa. Tôi xuống xe tìm đến một gia đình quen: cô Mãn, ngày xưa là y tá ở Bệnh Viện Đa Khoa Nha Trang, làm chung một phòng với vợ tôi, có người em trai tên Khang cũng ở chung với tôi trong trại A.30. Ngày tôi về, Khang nhờ tôi ghé Phú Thứ thăm chị. Tôi tìm được cô Mãn khi cô đang làm cỏ lúa ngoài ruộng. Cô đưa tôi về nhà. Làng toàn tre xanh, mát rượi trên con đường quê đầy bóng mát. Những cây cau cao vút đang trổ buồng. Đêm đó tôi ngủ lại Phú Thứ. Rất rõ và thèm: nồi cá rô thơm mùa lúa mới như trong thơ Phạm Cao Hoàng.

PHẠM VĂN NHÀN
Houston, 5.2015

PHAN TẤN HẢI

Đọc Thơ Phạm Cao Hoàng Với Dòng Chữ Thơm Hương Đất Quê Nhà

Nhà thơ Phan Tấn Hải

Trí nhớ là cái gì rất là mơ hồ, không nhìn thấy được, không trực diện được để chúng ta có thể truy vấn, nhưng vẫn là cái gì rất có thực, mà chúng ta không quay lưng được. Đôi khi ký ức, một số kỷ niệm nào đó, vài sợi tóc thời thơ dại, hay đôi mắt của nhiều thập niên trước, hay cái nắm tay thời mới lớn, hay mùi hương đất bay thoang thoảng trở lại... vẫn có thể làm chúng ta bâng khuâng, mất ngủ. Cho dù đã cách xa nhiều thập niên, và cho dù đã cách biệt nhiều ngàn dặm, bên kia bờ đại dương.

Với sức mạnh như thế, hai tác phẩm của nhà thơ Phạm Cao Hoàng *Đất Còn Thơm Mãi Mùi Hương* (ĐCTMMH), và *Mơ Cùng Tôi Giấc Mơ Đà Lạt* (MCTGMĐL) đã gợi nhiều nỗi nhớ trong tôi. Nơi đây, Phạm Cao Hoàng đã trải ra trên trang giấy những sương khói Đà Lạt, Phú Yên, Bình Thuận... và đã lấy ngòi bút thương nhớ chép xuống những dòng mực kỷ niệm để làm thơ, để viết lên các tùy bút hồi ức.

Thế đó, từ nơi rất xa quê nhà, Phạm Cao Hoàng viết lên những dòng chữ vô cùng thương nhớ, nơi có hình ảnh cha và mẹ, nơi có cánh đồng gốc rạ và mây mù lưng đèo:

nhớ ngày tôi đi biển khóc
bóng cha tôi ở cuối đường
và cánh đồng trơ gốc rạ
đất còn thơm mãi mùi hương

nhớ ngày tôi đi mẹ khóc
ruộng vườn bỏ lại sau lưng
mây mù che ngang đèo Cả
đường xa mưa gió mịt mùng
(ĐCTMMH, tr. 62 - Mai Kia Tôi Là Hạt Bụi)

Đất Còn Thơm Mãi Mùi Hương là tuyển tập thơ của Phạm Cao Hoàng, gồm 41 bài thơ viết sau năm 1975. Nơi những dòng đầu thi tập là lời gửi về thân phụ:

thương cha một đời lận đận lao đao
cầm lấy chiếc cày
để tay con được cầm cuốn sách
thương chiếc áo cha một đời thơm mùi đất
thương đất quê mình thơm mãi mùi hương.

Có một cảm giác độc giả nhận được rằng thơ Phạm Cao Hoàng là đời thực, không phải kiểu lãng đãng mơ với gió và mộng với mây... Cuối tất cả những bài thơ đều ghi ngày tháng và nơi nhà thơ cầm bút sáng tác. Không phải nhà thơ nào cũng có thói quen cẩn trọng như thế. Nghĩa là, một thái độ cẩn trọng với cảm xúc lúc đó. Chúng ta đọc và không thấy chất hư cấu. Chuyện kể đời thực đã hiển lộ trong thơ anh một cách tự nhiên. Thí dụ như bài *"Sau chiến tranh trở lại Tuy Hòa"* cho thấy lưu giữ một phần đời thực của tác giả. Bài thơ này làm theo thể lục bát, và chỉ có tám dòng nơi trang 14, như sau.

khi về thăm lại cố hương
thấy quê nhà nghĩ càng thương quê nhà
hắt hiu một bóng mẹ già
một ngôi mộ cỏ xanh và khổ đau
bâng khuâng một chút vườn sau
ngậm ngùi ngõ trước lao xao nắng vàng
đã qua chưa cuộc điêu tàn
đám mây năm cũ biết tan nơi nào
Tuy Hòa, 1976

Tất cả các bài thơ của Phạm Cao Hoàng đều đời thực như thế. Nếu chúng ta nhớ lại, nhà thơ Nguyễn Du lãng đãng viết về truyện nàng Kiều, trong đó những Từ Hải, Thúc Sinh... hiện lên. Tương tự, nhà thơ Nguyễn Đình Chiểu viết về Lục Vân Tiên, trong đó có nàng Nguyệt Nga bay bổng trong mơ mộng Nho gia của tác giả. Không có nàng Kiều thực, không có nàng Nguyệt Nga thực nào được các phê bình gia nhìn ra đang đứng bên cạnh hai nhà thơ họ Nguyễn đó.

Thế rồi tới thế kỷ 20, người thực... Thơ của Vũ Hoàng Chương có nàng Tố, thơ của Nguyên Sa có cô Nga. Thơ của Bùi Giáng đa dạng hơn, nhưng cũng là đời thực, có Ni sư Trí Hải, có nghệ sĩ Kim Cương, có em mọi nhỏ nơi rừng sim xứ Quảng.

Trường hợp Phạm Cao Hoàng, có nàng Cúc Hoa, người con gái xứ Đà Lạt đã trở thành bạn đời và là nguồn thơ trọn đời cho anh. Phạm Cao Hoàng không chỉ làm nhiều bài thơ --- ít nhất là một ca khúc (*), và 8 bài thơ trong tuyển tập tặng nàng Cúc Hoa trong Mơ Cùng Tôi Giấc Mơ Đà Lạt --- và cũng viết một số bài văn xuôi, theo dạng bút ký, ghi lại truyện thật giữa nhà thơ và nàng Cúc Hoa.

Trong bài văn xuôi *"Mơ Cùng Tôi Giấc Mơ Đà Lạt"* trong tuyển tập cùng tên, được ghi là "truyện thật của tác giả" Phạm Cao Hoàng kể lại sự kiện năm 2011, khi Cúc Hoa gặp tai nạn xe, được xe cấp cứu chở vào một bệnh viện ở Virginia, trải qua giải phẫu. Đêm đó, bệnh viện cho Phạm Cao Hoàng ở trong bệnh viện. Tác giả kể lại, nơi trang 43:

"Cúc Hoa nằm đó, trong nỗi đớn đau của thân xác.

thương em ngày nắng Tuy Hòa
chiều mưa Đức Trọng sáng Đà Lạt sương
thương em và những con đường
một thời tôi đã cùng em đi về
bây giờ lạ đất lạ quê
bước chân phiêu bạc biết về nơi đâu
thương em nắng dãi mưa dầu
đau cùng tôi với nỗi đau riêng mình
chia cùng tôi một chút tình
của ngàn năm trước và nghìn năm sau

Cúc Hoa nằm đó, vẫn khuôn mặt thánh thiện nhưng có hằn lên những nét khổ đau. Một đời Cúc Hoa hết tình hết

nghĩa với tôi và các con. Tôi cầu mong sao vết thương không nặng lắm để Cúc Hoa có thể vượt qua tai ách này."
(MCTGMĐL, tr. 43)

Đọc thơ Phạm Cao Hoàng, một điểm nổi bật là tác phong nhà giáo. Trong đời thực, bên cạnh làm thơ, anh còn đi dạy học. Đứng về nghề dạy học, Phạm Cao Hoàng có chuyên ngành nhà giáo nhiều lần hơn rất nhiều nhà giáo khác, anh đã học: Sư Phạm Qui Nhơn, Đại Học Đà Lạt (chuyên ngành Triết Học Tây Phương - học hết năm thứ ba, chưa tốt nghiệp), Đại Học Sư Phạm Sài Gòn (chuyên ngành Anh Văn).

Một điểm cho thấy thái độ cẩn trọng rất mực sư phạm của Phạm Cao Hoàng là nơi trang 32-33 của tuyển tập *Đất Còn Thơm Mãi Mùi Hương* trong bài thơ *"Bây Giờ"* nơi dòng thứ 8. Bài thơ *"Bây Giờ"* là đề tặng "cho Cúc Hoa và tôi, một thời lưu lạc" với một trích đoạn đã đăng nơi trên. Trong đó có hai dòng:

bây giờ lạ đất lạ quê
bước chân phiêu bạc biết về nơi đâu (*)

Đó. Độc giả thấy có dấu hoa thị ghi chú đó nơi dòng thơ vừa dẫn, và chú thích là ở trang 33, ghi như sau:

(*) PHIÊU BẠC [飄泊]

Tác giả cẩn trọng từng chữ như thế. Muốn độc giả không nhầm chữ c (bạc) thành chữ t (bạt). Lại còn ghi chú nguồn từ chữ Hán. Đó là tác phong nhà giáo, rất mực cẩn trọng với chánh tả.

Nhà thơ Nguyễn Xuân Thiệp khi viết Lời Bạt cho tập thơ *Đất Còn Thơm Mãi Mùi Hương* đã nhận định về thơ Phạm Cao Hoàng là, trích:

"Đọc thơ Phạm Cao Hoàng, ta thấy tâm hồn anh đầy nhân hậu, bao dung và độ lượng, luôn mở rộng đón nhận những âm vang của đất trời. Ở Phạm Cao Hoàng, không có sự ganh ghét, thù hận hay ra vẻ trí thức triết lý với đời. Thơ anh trong sáng, tự nhiên, bình dị; nhẹ nhàng đi vào hồn người. Đọc thơ Phạm Cao Hoàng ta tìm được niềm an ủi trong tình yêu, gia đình, bạn bè, quê hương đất nước và cuộc sống chung quanh mình." *(ĐCTMMH, tr. 12)*

Đón nhận những âm vang của đất trời... Tất cả những gì nhà thơ Nguyễn Xuân Thiệp viết về nhà thơ Phạm Cao Hoàng đều đúng. Trong khi các nhà thơ đón nhận những âm vang của đất trời cho thành chữ, Phạm Cao Hoàng còn chuyển thể thành nhạc. Như ca khúc *"Gửi Em, Đà Lạt"* nơi trang 56, trong tuyển tập *Mơ Cùng Tôi Giấc Mơ Đà Lạt*. Đó là ca khúc nhà thơ họ Phạm viết tặng Cúc Hoa, khi họ mới quen nhau. Và cũng trong đêm bệnh viện, khi Cúc Hoa mới tỉnh thuốc mê sau giải phẫu, nàng Cúc Hoa yêu cầu chàng Phạm Cao Hoàng hát nho nhỏ, vừa đủ cho Cúc Hoa nghe. Lời ca khúc này như sau:

"sáng nay mưa đã về
ngàn thông xao xuyến khách phương xa
hỡi cô em Đà Lạt
về đâu?
tôi muốn theo về với người
mưa cho đôi má em hồng
mưa cho đôi mắt nai tròn
mưa bay qua cõi vô cùng
và tôi bay giữa mênh mông
mưa âm vang suốt bên đời
mưa lang thang mấy phương trời
mưa qua như dáng thu người

đời vui thêm tiếng em cười
sáng nay mưa đã về
vườn kia hoa nở đóa tương tư
gửi cô em Đà Lạt
bài thơ tôi viết khi về với người."
(MCTGMĐL, tr. 44-45)

Phạm Cao Hoàng khác với hầu hết các nhà thơ đương thời trong rất nhiều điểm. Trước tiên, là tấm lòng yêu thương chân thành với người vợ. Rất nhiều nhà thơ Việt Nam trong thế hệ Phạm Cao Hoàng không có lòng trung thành như thế, và ngay cả các nhà thơ trung thành với bạn đời của họ, cũng không ai làm thơ tặng vợ nhiều như anh. Mối tình giữa Phạm Cao Hoàng và Cúc Hoa hiển nhiên là hy hữu.

Một điểm cũng rất đặc biệt về Phạm Cao Hoàng, và rất khác với hầu hết các thi sĩ khác, là hình ảnh người cha trong thơ. Nhiều nhà thơ viết về mẹ. Phạm Cao Hoàng cũng viết về mẹ. Nhưng rất ít nhà thơ viết về cha. Phạm Cao Hoàng viết tràn ngập về cả mẹ và cha. Thú thật, đọc thơ Phạm Cao Hoàng, tôi tự thấy trong lòng mình có lỗi biết là bao nhiêu, vì thấy mình chưa làm được bài thơ nào để tưởng nhớ thân phụ.

Trong những dòng thơ đầy cảm xúc của Phạm Cao Hoàng có rất nhiều những dòng viết về cha, về mẹ. Ngay trang đầu thi tập *Đất Còn Thơm Mãi Mùi Hương* nói trên, là những dòng "thương cha một đời lận đận lao đao…"

Cũng hình ảnh cha và mẹ đã hiện ra với nhà thơ Phạm Cao Hoàng, trong bài thơ trước ngày sang Hoa Kỳ định cư. Bài thơ này nhan đề *"Mây Khói Quê Nhà"* viết tại Tuy Hòa ngày 20.11.1999. Trong bốn đoạn đó có những câu ghi ơn cha và mẹ, trích hai đoạn giữa như sau:

mùi hương của đất làm con nhớ
những giọt mồ hôi những nhọc nhằn
cha đã vì con mà nhỏ xuống
cho giấc mơ đời con thêm xanh

mùi hương của đất làm con tiếc
những ngày hoa mộng thuở bình yên
nồi cá rô thơm mùa lúa mới
và tiếng cười vui của mẹ hiền
(ĐCTMMH – tr. 22)

Trong những bài thơ nổi bật của Phạm Cao Hoàng, có bài *"Cha Tôi"* kể về hình ảnh người cha rất mực thiết tha. Bài thơ này khá dài, khoảng 30 dòng, với câu ngắn và cả câu dài. Bài *"Cha Tôi"* được Phạm Cao Hoàng làm tại Virginia, vào tháng 3-2015. Trích những dòng thơ đầu bài *"Cha Tôi"* như sau:

và bài thơ tôi viết đêm nay
là bài thơ sau bốn mươi năm
kể từ hôm vượt đèo Ngoạn Mục xuống Sông Pha
chạy ra Tuy Hòa
trở vô Sài Gòn
và nhận tin cha tôi đã chết
ông qua đời khi chiến tranh kết thúc
để lại trần gian nỗi nhớ khôn nguôi
để lại đàn con trên quê hương tan tác
để lại trong tôi vết thương mang theo suốt cuộc đời

bốn mươi năm rồi con vẫn nhớ, cha ơi!
ngày mùa đông cha mặc áo tơi ra ruộng
ngày nắng lửa cha gò mình đạp lúa
những sớm tinh mơ cùng đàn bò
lầm lũi đi về phía bờ mương

rồi mùa thu cha đưa con đến trường
con thương ngọn gió nồm
mát rượi tuổi thơ những ngày đầu đi học...
(ngưng trích)

Tôi tin rằng đó là những dòng chữ đẹp vô cùng của thi ca Việt Nam khi viết về cha. Hình ảnh của ngày mùa đông cha mặc áo tơi ra ruộng... hình ảnh ngày nắng lửa cha gò mình đạp lúa... hình ảnh ngọn gió nồm mát rượi tuổi thơ... Tôi cảm nhận trên trang giấy phả lên hơi lạnh của mùa đông, rồi nắng lửa gay gắt bỏng cháy, rồi gió nồm mát rượi tuổi thơ... Rất mực hy hữu được đọc những dòng thơ như thế.

Một điểm đặc biệt nữa trong thơ văn Phạm Cao Hoàng là tấm lòng trân trọng với những người bạn của thi sĩ. Như với các họa sĩ Đinh Cường, Nguyễn Trọng Khôi, Trương Vũ... Như với các nhà thơ Luân Hoán, Trần Hoài Thư, Nguyễn Xuân Thiệp...

Trong văn phong của Phạm Cao Hoàng, chúng ta nhận ra một mô hình lý tưởng của truyền thống nhiều ngàn năm lịch sử Việt Nam: nhà thơ bước vào nghề giáo. Lệ thường, các nho sĩ Việt Nam làm cả hai việc một lúc, vừa là nhà giáo để giữ vững giềng mối đạo lý xã hội, vừa là nhà thơ để ghi lại những cảm xúc riêng. Thực tế, nhà thơ bước vào nghề giáo cũng rất mực đa dạng: đó là Nguyễn Khuyến, là Nguyễn Đình Chiểu, là Vũ Hoàng Chương, là Nguyên Sa, là Cao Huy Khanh... Và Phạm Cao Hoàng cũng là một thi sĩ rất mực thơ mộng trong một kiểu nhà giáo rất mực hiền lành, rất mực gương mẫu trong thời kỳ cuối thế kỷ 20 và đầu thế kỷ 21: anh trung thành và miệt mài làm thơ tặng vợ, anh thương nhớ làm thơ tặng cả mẹ và cha, anh hoài niệm làm thơ để ủ mùi hương đất quê nhà lên trang giấy... Phạm Cao Hoàng là một nhà thơ rất mực hy hữu tuyệt vời. Chữ trong thơ anh có những dòng sáng rực như ngọc quý, với đầy những thiết tha thương nhớ.

Tôi đọc thơ anh và nhớ lại một vài kỷ niệm lãng đãng, đã rất xa. Một vài buổi sáng sương mờ trong ký ức. Nơi chân cầu Đại Ninh với lối đường mòn đi vào ngôi chùa của cố Hòa Thượng Thích Thiền Tâm. Rồi hình ảnh tên bạn có nhà trên đường Phan Đình Phùng, Đà Lạt, nơi một tường nhà treo chân dung Bồ Đề Đạt Ma trên giấy xưa cũ ố vàng vẫn cứ mãi hiện lên đôi mắt rực sáng. Và hiển lộ trong tôi những cánh đồng gốc rạ vàng rực nắng nơi quê nhà. Trân trọng cảm ơn những dòng thơ của Phạm Cao Hoàng.

PHAN TẤN HẢI
California, 10.2022

TRẦN DOÃN NHO

TÍNH HIỆN THỰC TRONG THƠ PHẠM CAO HOÀNG

Trần Doãn Nho (Bên trái) và Phạm Cao Hoàng (Bên phải)
Virginia, 25.10.2015

Tập thơ *"Đất còn thơm mãi mùi hương"* của Phạm Cao Hoàng, về mặt hình thức, thuộc nhiều thể loại khác nhau, nhưng đa phần là lục bát và thơ tự do. Về mặt nội dung, đặc điểm nổi bật nhất là tính hiện thực (realisticity), không những thế, tính cụ thể (specificity). Phạm Cao Hoàng tập trung vào ba hiện thực chính, hoặc riêng biệt hoặc kết hợp với nhau, cùng với bối cảnh và sự kiện xoay quanh chúng: Người (người thân và bạn bè), Quê (quê nhà và quê người) và Em. Tất cả được thể hiện qua hai tính cách: thơ-hóa hiện thực và hiện-thực-hóa thơ.

1. ***Thơ-hóa hiện thực:***

Thơ-hóa hiện thực, nói đơn giản, là biến hiện thực thành thơ. Trong tập thơ này, hầu như tất cả những bài thơ Phạm Cao Hoàng sáng tác, đều dính dáng một cách trực tiếp đến khung cảnh cụ thể bên ngoài và cảm nghiệm của anh xuyên qua chúng. Nói một cách khác, cảm hứng thơ của anh xuất phát từ sự kiện, chứ không từ những tưởng tượng vu vơ.

Trong "Cha tôi", anh dựng lên hình ảnh của người cha, không phải chỉ như một ý niệm về hiếu đạo, mà là chân dung rõ nét của người sinh thành và làm việc một cách nhọc nhằn để nuôi dưỡng anh thành người:

ngày mùa đông cha mặc áo tơi ra ruộng
ngày nắng lửa cha gò mình đạp lúa
những sớm tinh mơ cùng đàn bò
lầm lũi đi về phía bờ mương

Hoàn cảnh cái chết của ông được anh diễn tả tuần tự và chính xác theo những gì đã xảy ra:

kể từ hôm vượt đèo Ngoạn Mục xuống Sông Pha
chạy ra Tuy Hòa
trở vô Sài Gòn
và nhận tin cha tôi đã chết
ông qua đời khi chiến tranh kết thúc
để lại trần gian nỗi nhớ khôn nguôi

Ngoài cha và mẹ, Phạm Cao Hoàng dành khá nhiều bài thơ ghi lại những kỷ niệm hay để tưởng niệm người thân và bạn bè (bạn học và bạn văn nghệ), mỗi người gắn liền với từng hoàn cảnh cũng như những kỷ niệm riêng.

Xót xa vì cơn bệnh đột ngột đến với họa sĩ Đinh Cường, anh viết:

chàng bất ngờ ngã xuống
vào một đêm rất lạnh ở miền Đông Bắc
trực thăng cấp cứu đưa chàng chuyển viện
phải cứu lấy người họa sĩ này
phải cứu lấy những bức tranh còn dang dở.

Chia sẻ khổ nạn của Trần Hoài Thư, một bạn văn thân thiết từ thời còn trẻ:

rồi chàng xuống núi xuôi Nam
từ cơn khổ nạn ba năm quay về
ngày về râu tóc bạc phơ
người muôn năm cũ bây giờ ở đâu

Nhớ đến một nhà văn anh kính trọng vì sự nghiệp văn chương và công lao văn học là Nguyễn Xuân Hoàng:

cũng đành thôi, nắng tắt rồi
mặt trời đã lặn, ngày vui đã tàn
một vì sao – Nguyễn Xuân Hoàng
vừa đi vào cõi vĩnh hằng sáng nay

Làm thơ về người nào, anh đều nêu lên những chi tiết đặc thù của người đó, hoặc nhân danh, hoặc địa danh (lên Hòa Mỹ thăm bạn, gặp Phạm Văn Nhàn ở New Jersey), hoặc sự kiện (Đinh Cường được trực thăng cấp cứu), hoặc nhân dáng (Trần Hoài Thư râu tóc bạc phơ). Lắm khi, để cho xác thực hơn, anh ghi lời đề tặng, trích dẫn thơ của bạn hay cho thêm ghi chú về hoàn cảnh hay sự việc. *"Thơ tặng người thi sĩ ở Garland"*, đề tặng Nguyễn Xuân Thiệp, phác họa một số nét tiêu biểu về chân dung, tính cách và hoạt động của nhà thơ này.

nâng ly nào, mừng ngày chàng trở lại
mừng người thi sĩ đến từ Garland vẫn hồn nhiên
vẫn vô tư như thời Hoa Hồng (1)
tặng cho chàng một đóa Phù Dung
và nghe chàng đọc thơ
tôi khóc, những đôi giày bên bờ sông Danube (2)

nâng ly nào, hỡi người thi sĩ cô đơn đến từ Texas
buổi chiều sơn dầu ở Studio Trương Vũ đầy tranh
buổi chiều miền Đông với những đồng cỏ xanh
chàng nói về thơ
về những bài tản mạn bên tách cà phê (3)
về phố văn (4)
và những tháng năm tràn đầy kỷ niệm

Garland là tên thành phố Nguyễn Xuân Thiệp ở; ghi chú (1) là đường Rose ở Đà Lạt, nơi Nguyễn Xuân Thiệp có nhiều kỷ niệm; ghi chú (2) là câu thơ trích dẫn của Nguyễn Xuân Thiệp; ghi chú (3) là loạt bài tản mạn nổi tiếng của Nguyễn Xuân Thiệp ở hải ngoại; ghi chú (4) chỉ tạp chí Phố Văn do Nguyễn Xuân Thiệp chủ biên (2000-2008).

Quê nhà và quê người cũng được Phạm Cao Hoàng thơ-hóa bằng những chi tiết và sự kiện liên hệ đến từng nơi. Dù ở Việt Nam hay ở Mỹ, chúng cũng xuất hiện một cách rõ ràng, không những chỉ khung cảnh và kỷ niệm, mà còn kèm theo địa danh, dù đó là một thành phố, một cái dốc hay một con đường.

Ở Phú Thứ, nơi anh sinh trưởng, với mây khói quê nhà:

bữa đó con về thăm Phú Thứ
gặp lại mùi hương của ruộng đồng
gặp lại những năm và tháng cũ
mây khói quê nhà nhẹ bước chân

Ở Đà Lạt, nơi của tình bạn và tình yêu:

kể từ hôm tôi nắm tay em
chầm chậm đi qua Khu Hòa Bình
xuống con dốc Duy Tân
rẽ sang Hai Bà Trưng
và dừng lại nơi chiếc cầu Vĩnh Viễn

đêm ấy
Đà Lạt có một chút mưa bay
có tiếng hát của Lê Uyên Phương,
của Phụng, của Tiên
của Nhượng, của Phong, của Triền, của Chức
em mặc chiếc áo dài màu xanh của miền đồi núi
đôi mắt hồn nhiên như một bài thơ tình

Ở Ngựa Ô (Black Horse), tên một con đường ở thành phố Centreville, Virginia, nơi bà xã anh đã từng bị tại nạn:

nơi anh Đinh Cường viết Đoạn Ghi Đêm Centreville
nơi em trở về sau lần ngã gục
tôi dìu em lên những bậc thềm đớn đau và hạnh phúc

Mùa đông ở vùng Đông Bắc, nơi anh đã từng "ôm đàn qua thung lũng Fox":

bây giờ mùa đông trở lại
rừng xơ xác ngọn điêu tàn
bầy chim bay xa trốn tuyết
trong sương mù tôi lang thang

Quê nào có kỷ niệm đó và kỷ niệm nào cũng là một dấu ấn khắc sâu vào trái tim anh và biến thành thơ. Ở điểm này, Phạm Cao Hoàng đã đưa thơ gần với văn. Văn hòa trong thơ. Nhiều bài thơ là những câu chuyện kể cô đọng về một sự kiện hay một biến cố nào đó. *"Ước mơ của Myla"* chẳng hạn, kể lại câu chuyện cô bé Myla đi học mẫu giáo:

Mùa hè vừa rồi mẹ mua cho Myla một chiếc ba-lô
chuẩn bị đến tháng 9 này sẽ vào mẫu giáo
Myla thích lắm
đêm, Myla ôm chiếc ba-lô nằm ngủ
ngày, Myla mang ba-lô chạy tung tăng trong nhà
đếm từng ngày chờ buổi tựu trường

Nhưng rồi cơn đại dịch xảy ra khiến cho cho cô đành phải học trực tuyến (online) ở nhà:

Myla mang ba-lô ngồi trước laptop
nghe cô giáo giảng bài
nghe cô giáo hướng dẫn các trò chơi
vẫy tay chào các bạn qua chiếc màn hình nhỏ.
(...)
Tháng 9, tháng 10, rồi tháng 11
ba tháng đã trôi qua
những con quái vật vô hình vẫn còn đó
trường học vẫn tiếp tục đóng cửa
Myla vẫn tiếp tục đợi chờ...

Bài thơ kết thúc bằng một nụ cười:

Myla cười hồn nhiên:
- Thì cứ tưởng tượng là mình đang đi học để được mang ba-lô cùng chị Hazel đến trường.

Ngoài người thân, bạn bè và quê nhà quê người, nguồn thơ của Phạm Cao Hoàng xuất phát từ Em. Hầu hết thơ tình của những nhà thơ khác, qua đó, Em chỉ là cái cớ, là một ý niệm, một hình ảnh, thậm chí là một đối tượng siêu hình hay đối tượng thẩm mỹ, do đó, có khi Em này lẫn lộn với Em kia. Em, trong thơ Phạm Cao Hoàng ngược lại, không phải là một thực thể trừu tượng, một hình ảnh chung chung nào đó, mà là một Em duy nhất, một người cụ thể, có tên và là tên thực: Cúc Hoa, vợ anh. Thi nhân xưa, ngoài chuyện làm thơ để ca ngợi hoa cỏ trời trăng mây nước, còn có một loại thơ riêng, gọi là thơ "tặng nội", như một cách cám ơn công lao thờ chồng nuôi con của vợ. Thơ Phạm Cao Hoàng, dù nói về vợ, nhưng không phải để "tặng nội", mà vẫn là thơ tình. Anh đồng hóa vợ với người tình và ngược lại. Bất cứ tình huống nào, bất cứ thời gian hay không gian nào, Em cũng là một nguồn thơ, một cảm hứng thơ.

Khi còn ở quê nhà:

có tình em rất ngọt ngào
trong veo như giọt sương đèo Prenn

Khi ở quê người:

vẫn là tôi, vẫn là em
vẫn khu vườn cũ, vẫn thềm nhà xưa
đi cùng tôi nhé Cúc Hoa
trên con đường mịt mù mưa xứ người

Khi em đau ốm:

hôm em ở bệnh viện về
cụm hoa trước ngõ cũng vừa ra bông
(...)
hát em nghe bài Je t'aime
kể em nghe lại chuyện tình Cúc Hoa

Khi đứng bên dòng sông Potomac:

khi dừng lại bên dòng Potomac
em bên tôi vẫn rất dịu dàng

Khi cám ơn đời:

đứng bên bờ vực tử sinh
vẫn nghe em hát bản tình ca xưa

Khi ngồi nhớ Việt Nam:

về đâu chẳng biết về đâu
thôi thì về lại buổi đầu gặp em

Khi chia tay Đà lạt:

lại cùng em lang thang bên hồ Thạch Thảo
nói với em về một đoạn đời buồn

Trong đêm giao thừa:

thức cùng em đêm ba mươi
canh nồi bánh tét bên trời tha phương
nhắc cùng nhau một đoạn đường
năm mươi cái Tết anh thương em nhiều

Tóm lại, Em hiện diện trong thơ anh là độc nhất, vừa đơn giản, nhẹ nhàng, vừa thơ mộng mà lại cũng vô cùng cụ thể. Có thể nói, Em (Cúc Hoa) là "nàng thơ" của Phạm Cao Hoàng!

2. ***Hiện-thực-hóa thơ:***

Đối với nhiều nhà thơ, khuynh hướng chung là trừu tượng hóa, tổng quát hóa những sự kiện cụ thể, với mục đích "hư cấu hóa" chúng để tạo thành những thi ảnh. Phạm Cao Hoàng, ngược lại, hiện thực hóa các biểu tượng thơ của mình bằng cách, hoặc sử dụng ngôn ngữ diễn tả đời thường, hoặc như đã đề cập ở trên, đưa hẳn các sự kiện, hình ảnh và danh xưng có thật vào trong thơ. Vì thế, những nhân vật, sự vật, sự kiện bên ngoài xã hội đều xuất hiện trong thơ anh một cách "chính danh", không hề lọc qua bất cứ một màn lọc tu từ nào:

bốn năm sau ngày anh Đinh Cường ra đi
những buổi gặp gỡ ở miền Đông thưa thớt dần
tôi trở lại Sài Gòn Quán
Sài Gòn Quán đóng cửa
tôi tạt vào Saxbys Coffee
Saxbys Coffee đóng cửa
(...)
đóng cửa đóng cửa đóng cửa
những nơi chúng tôi thường lui tới
bây giờ đóng cửa hết rồi

Sài Gòn Quán là Sài Gòn Quán, Saxbys Coffee là Saxbys Coffee cũng như Đinh Cường là Đinh Cường, không là biểu tượng của một cái gì khác hơn chính những danh xưng đó. Phạm Cao Hoàng còn làm cho hiện thực sống động hơn bằng cách đưa đối thoại vào trong thơ, một nét khá riêng trong thơ anh:

Vẫn là những cốc rượu vang được cất giữ nhiều năm của người chủ nhà hiếu khách
nâng ly nào
chúc mừng các bạn được hít thở không khí tự do sáng tạo.
- Này Lê Hân, bạn làm công việc xuất bản sách được bao nhiêu năm rồi?
-Trên dưới hai mươi năm.
- Ở hải ngoại in sách đồng nghĩa với thua lỗ. Sao bạn lại chọn con đường này?
- Vì đam mê, vì những người yêu sách và vì niềm vui của các tác giả có sách được in.
- Lâu nay bạn có về Việt Nam không?
- Có chứ. Về thăm quê hương, gia đình, bạn bè và đi tìm những cuốn sách xưa quí hiếm.
(Woodbridge, buổi chiều và những nụ cười).

Tôi tin rằng đây là một đối thoại có thật; Lê Hân là một nhân vật có thật, anh là chủ nhân của nhà xuất bản Nhân Ảnh.

Tên bạn bè và người thân cũng được anh đưa hẳn vào thơ, khi thì nằm ngay trong tựa đề, như *"Ở New Jersey, gặp lại Phạm Văn Nhàn"* hay *"Trần Hoài Thư xuống núi"*; khi thì nằm trong nội dung, bằng tên thật đi kèm theo những sự kiện liên hệ có thật: Nguyễn Xuân Hoàng, Trương Vũ, Nguyễn Ngọc Phong, Nguyễn Trọng Khôi, hay Phụng, Tiên, Nhượng, Triền, Kim Huê (bạn học của Cúc Hoa)... Quê nhà và quê người cũng thế, hoàn toàn cụ thể, đó là tên các thành phố, các cơ sở hay tên những con đường, hoặc nằm ngay ở tựa đề như *"Chia tay Đà Lạt"*, *"Đi cùng em giữa Đà Lạt sương mù"*, *"Mùa thu Đức Trọng"*, *"Dran, ngày về", "Thơ tặng người thi sĩ ở Garland", "Scibilia, ngày cuối thu"* hoặc nằm trong nội dung như Tuy Hòa, Đà Lạt, dốc Nhà Làng, dòng Potomac, Thủy Tạ, Lạc Lâm, khu Hòa Bình, dốc Duy Tân, cầu Vĩnh Viễn, Le Bledo, Tong Thái, Phở Xe Lửa, Gallery Lạc Việt, Bellingham, New Delhi, thung lũng Fox, Bệnh viện Centre Hospitalier... Có thể nói, không có thơ của nhà thơ nào lại chứa đựng nhiều danh từ riêng như thơ Phạm Cao Hoàng.

Anh cụ thể hóa thơ bằng những con số kèm theo địa danh và sự kiện, kể cả ngày, tháng và năm của một người thân từ trần:

> *Bệnh viện Centre Hospitalier*
> *phòng 1004*
> *anh tôi nằm trên giường bệnh, hơi thở mệt nhọc*
> *(...)*
> *Ngày 18 tháng 9 năm 2019*
> *anh tôi yên nghỉ ở nghĩa trang Athis-Mons,*
> *ngoại ô Paris*
> *đúng với ước nguyện của cháu tôi:*
> *con cần một nơi để còn thăm viếng*
> *và anh tôi sinh ở Việt Nam, qua đời trên đất Pháp*
> *sau 35 năm ra đi chưa một lần trở lại quê nhà*
> (Sau 35 năm chưa một lần trở lại quê nhà)

Đi xa hơn, Phạm Cao Hoàng còn đưa hình ảnh vào thơ. Bài thơ *"Xin cho tôi được làm người Việt Nam"*, với hai câu đầu:

> *mấy anh ngỗng Bắc Mỹ bay rất nhanh rất xa*
> *nhưng khi đi bộ thì cứ tà tà*

được minh họa bằng bức ảnh chụp một đàn ngỗng băng qua đường với ghi chú "Ảnh chụp ở đường Hollinger,

(Fairfax, VA) lúc 6:30 sáng 18/8/2017". Đàn ngỗng trong bài thơ này đóng vai trò của một gợi ý. Từ đàn ngỗng, anh đề cập đến tự do, nhân quyền và sự sống cũng như tình cảm đối với quê hương.

Nói chung, theo tôi, Phạm Cao Hoàng đưa hiện thực cụ thể vào thơ nhằm minh chứng cho quan điểm và tình cảm của anh: thơ mộng thì thơ mộng, lãng đãng thì lãng đãng, văn nghệ thì văn nghệ, nhưng phải có thật, phải thành thật và do đó, cảm xúc thật. Không thương vay khóc mướn, không đánh bóng người, không tự đánh bóng mình, và cũng không ca ngợi vu vơ.

Thơ-hóa hiện thực hay hiện-thực-hóa thơ chỉ là một cách phân tích, một cách làm rõ cấu trúc thơ của Phạm Cao Hoàng. Thực ra, hai yếu tố này thể nhập vào nhau.

Scibilia, ngày cuối thu
tôi đuổi theo những đám sương mù
và khi quay lại tôi nhìn thấy
một giọt sương buồn trong mắt em
(Scibilia, ngày cuối thu)

Mùa thu, con đường, sương mù, sương buồn và mắt em hòa trộn vào nhau tạo thành một thi-ảnh vừa đẹp vừa thơ mộng. Hiện thực trong thơ và thơ trong hiện thực. Nhưng tiêu biểu hơn cả trong sự thể nhập hiện thực và thơ chính là nàng Cúc Hoa, xuất hiện trong nhiều bài. Xin trích nguyên một trong những bài mà tôi cho là điển hình cho nhận xét này:

thức dậy lúc ba giờ sáng
ngoài trời tuyết phủ mênh mông
tuyết ngập hồn người xa xứ
tuyết mù mịt cả miền đông

cùng em ra sân cào tuyết
gió đêm lạnh đến tê người
tuyết nhiều cào xong thấm mệt
và đôi chân bước rã rời

cùng em ra sân cào tuyết
biết là vất vả mà vui
chia nhau một đêm băng giá
ở vùng Bắc Mỹ xa xôi

cùng em ra sân cào tuyết
biết là vất vả mà vui
và cứ hồn nhiên em nhé
cùng tôi đi giữa cuộc đời

thức dậy lúc ba giờ sáng
ngoài trời tuyết trắng như bông
tôi yêu những bông tuyết trắng
và yêu em – đóa hoa hồng
(Đóa hoa hồng trong tuyết)

Có "bông tuyết trắng" rất đẹp, có "đóa hoa hồng" thơm tho; nhưng trong bài thơ này, "đóa hoa hồng" cào "bông tuyết trắng", vất vả mà vui! Phạm Cao Hoàng đã biến chuyện hai vợ chồng cùng cào tuyết - một trong những công việc khá nhọc nhằn của những người sống ở xứ tuyết - thành thơ!

Chất hiện thực trong thơ anh khiến tập thơ của anh như một thứ hồi ký sống. Nó tạo xúc động, không chỉ bằng ngôn ngữ mà bằng những gì có thật. Nói cách khác, hiện thực là một trong những yếu tố gây xúc động. Nhà văn Phạm Văn Nhàn, khi đọc bài thơ *"Cha tôi"*, đã viết: *"Đọc bài thơ CHA TÔI, tôi nhớ đến ngôi nhà và hình ảnh của bác trai. Bác cao, hơi gầy và da ngăm đen. Cái đen của nắng và gió, của một người nông dân thuần chất"; hoặc bài thơ "Mây khói quê nhà", là anh nhớ đến "con đường dọc theo mương dẫn thủy nhập điền từ đập Đồng Cam về tưới tiêu cho những cánh đồng rộng lớn. Tôi đã từng đi trên con đường này." (...) "Rất rõ và thèm: nồi cá rô thơm mùa lúa mới, như trong thơ Phạm Cao Hoàng."* [1]

Tóm lại, thơ Phạm Cao Hoàng là Phạm Cao Hoàng. Chẳng thế mà, nhà thơ Nguyễn Xuân Thiệp viết:

"Đọc thơ Phạm Cao Hoàng, ta thấy tâm hồn anh đầy nhân hậu, bao dung và độ lượng, luôn mở rộng đón nhận những âm vang của đất trời. Ở Phạm Cao Hoàng, không có sự ganh ghét thù hận hay ra vẻ trí thức triết lý với đời. Thơ anh trong sáng, tự nhiên, bình dị, nhẹ nhàng đi vào hồn người. Đọc thơ Phạm Cao Hoàng ta tìm được niềm an ủi trong tình yêu, gia đình, bạn bè, quê hương đất nước và cuộc sống chung quanh mình." [2]

Tưởng không có nhận xét nào chính xác hơn.

TRẦN DOÃN NHO
Dallas, đầu Xuân Quý Mão, 2/2023

[1] Phạm Văn Nhàn, Đất và Người, "Đất còn thơm mãi mùi hương", Thư Ấn Quán, in lần thứ 3, 2018, trang 104, 105.

[2] Nguyễn Xuân Thiệp, Bạt, "Đất còn thơm mãi mùi hương", Thư Ấn Quán, in lần thứ 3, 2018, trang 12.

TRẦN HOÀI THƯ
NHỮNG BÀI THƠ MỘT THỜI CỦA PHẠM CAO HOÀNG

Trần Hoài Thư và Phạm Cao Hoàng
Virginia, 4.2022

1.

Những năm cuối thập niên 60, và đầu 70, thơ Phạm Cao Hoàng đến với người yêu thơ như là một hiện tượng. Thơ Phạm Cao Hoàng được đăng khá nhiều trên các tạp chí thời danh bấy giờ như VĂN, VẤN ĐỀ, KHỞI HÀNH, BÁCH KHOA, Ý THỨC, THỜI TẬP, TUỔI NGỌC..., mặc dù lúc ấy tuổi đời anh còn rất trẻ. Ví dụ tạp chí VẤN ĐỀ do nhà văn Mai Thảo chăm sóc, được xem là tờ báo rất khó tính trong việc tuyển chọn bài vở, thì hầu như thường xuyên đăng thơ Phạm Cao Hoàng.

Vâng, nhà thơ không đợi tuổi. Có điều tài năng thay vì được hưởng những hạnh phúc mà đời dâng tặng cho lứa tuổi thanh xuân thì cái tuổi mà "hồn tôi mới lớn" trong thơ Phạm Cao Hoàng chúng ta đọc những vần thơ quá đỗi ngậm ngùi, nếu không nói là bi thiết.

đường tôi đi có bom và đạn
có hận thù trên mỗi dấu chân
ai thả vào hồn tôi mới lớn
những mùa xương máu ngập tang thương
...
nơi đây có kẻ tìm non nước
lang thang bên những mộ bia người

ai bắn vào hồn tôi trái nổ
đứt từng mạch máu nát tim tôi
vỡ vỡ chiều nay tôi sắp vỡ
chiến tranh chiến tranh bao giờ thôi
(ĐI GIỮA CHIẾN TRANH)

Tội nghiệp cho những người trẻ của thời chiến ấy. Thay vì con đường tình có lá me bay hay bầu trời màu xanh hy vọng; thay vì ngày tháng trong giảng đường miệt mài với sách vở và tương lai thì ngược lại. Ai? *Ai thả vào hồn tôi mới lớn/những mùa xương máu ngập tang thương?* Có phải bọn đồ tể chiến tranh? Có phải bọn xem bạo lực là phương tiện để đạt được cứu cánh? Có phải tiếng cười hả hê của kẻ chiến thắng bằng sự đánh đổi xương máu của hàng triệu người?

2.

Có phải sự ví von so sánh là một yếu tố kỹ thuật cần thiết đối với thơ? Ví dụ, trong những câu thơ của Cao

Thoại Châu:

Thung lũng hồn tôi nhiều khói quá
Để mắt tôi buồn như tháng đông
(CAO THOẠI CHÂU / ĐỘNG CÁNH DƠI CHIỀU)

Hay:

Tôi là chiếc hầm rất nhiều bóng tối
Kẻ bất cần mới dám đi qua
(CAO THOẠI CHÂU / CÁM ƠN VÀ XIN LỖI MỘT NGƯỜI)

Sự ví von này đòi hỏi kỹ thuật cao. Trước hết sự vật/điều dùng để ví phải là một sự vật/điều được mọi người thừa nhận. Ví dụ Cao Thoại Châu đã xem đời ông ít người dám vào để khuấy động nỗi cô đơn. Và không có gì ví von đúng hơn là chiếc hầm nhiều bóng tối.

Chúng ta cũng thấy sự ví von này trong thơ Phạm Cao Hoàng.

Về nỗi buồn:

đi đi thôi hỡi áo lụa hồng
buồn tôi giăng kín một dòng sông
...
tôi sẽ sống trọn đời phiêu lãng
cây vườn tôi rụng trái tình không
những bông sứ tay hồng em ve vuốt
sưởi hương nồng mỗi tối mùa đông
(KHÚC TIỄN THÉRÈSE KH.)

Về nỗi đìu hiu:

anh đi qua rừng cao quá đỗi
anh đi về rừng quá đỗi cao

anh thu mình như con sâu nhỏ
nằm rung rinh giữa đám lá rì rào
và buồn thảm ôi những chiều lặng lẽ
núi và anh thành hai kẻ đăm chiêu
núi ngó anh và anh ngó núi
núi đụng trời anh đụng nỗi đìu hiu
(NHỚ CÚC HOA)

Nỗi ngăn chia vời vợi:

hỡi những nhịp cầu đen buồn bã
đã bao năm không nối được lòng nhau
thì ngàn năm cũng hoài mong đợi
như cầu cao soi bóng đáy sông sâu
(NHỮNG NHỊP CẦU ĐEN BUỒN BÃ)

Hay khi nghe tin ngừng bắn:

vâng, anh sẽ khoác áo mưa,xuống phố
uống cốc cà phê thơm ngát khói hòa bình
(MỘT BÔNG HỒNG NỞ GIỮA TIM ANH)

3.

Tình yêu vẫn mãi là đề tài bất tận trong thi ca của mọi thời đại. Qua mỗi người thơ, tình yêu được thăng hoa bằng mỗi cách. Riêng với Phạm Cao Hoàng, tình yêu trong thơ anh là tình yêu thánh thiện, mà người yêu phần lớn mang hình ảnh của một người thánh nữ:

người thiếu nữ ấy đã hát với tôi
những tình khúc buồn bã nhất
nàng ca ngợi Chúa
như tôi ca ngợi nàng

nàng ngưỡng mộ Chúa
như tôi ngưỡng mộ nàng
cuối cùng
kẻ xấu xa nhất cõi đời
kẻ ích kỷ nhất trần gian
phải chăng là tôi
nàng như cánh dạ lan hương
nở ngoài hiên tôi mỗi tối
nàng như quả nho tây
đong đưa trong gió mới
(TRÁI TIM)

Phạm Cao Hoàng nhìn tình yêu bằng cái nhìn rất lý tưởng như thế. Khác với một số nhà thơ nói lên xúc động của mình trước vẻ đẹp như đôi mắt hồ mây, tóc chảy như dòng suối, gót hài, dáng liễu... Phạm Cao Hoàng đã tìm ở vẻ đẹp quá đỗi thánh thiện trong lòng giáo đường, đôi mắt nhắm lại, cùng với cõi lòng trinh trắng. Đó là cái đẹp thanh thoát, chẳng vướng màu trần gian bi lụy. Nhưng cuối cùng chắc nhà thơ sẽ không bao giờ tìm được, trái lại là những nỗi buồn bên cạnh niềm hạnh phúc, những chia ly chờ chực khi sum họp cận kề.

có phải tôi là người thanh niên của một thời
lãng mạn
đã yêu em dù tình quá ngậm ngùi
H. của tôi xin em đừng khóc
lệ của người sẽ cuốn mất trái tim tôi
(GỬI H. VÀ QUI NHƠN)

một ngày có tình nhân bên cạnh
là một ngày sắp thấy phút ly tan
(MỘT NGÀY VỚI TÌNH NHÂN)

Tôi đọc thơ anh và hiểu anh. Chúng tôi thời ấy đã có những năm tháng sống bên nhau ở Qui Nhơn, cũng tình si theo một hình bóng...Thời ấy, nghĩ lại, chúng tôi quá lãng mạn, để cuối cùng chợt nhận ra rằng con đường đón đưa đưa đón ấy là con đường dẫn đến từ ly. Người đi sẽ đi biệt. Chiếc xe sẽ trống trơn và con đường sẽ mất bóng. Chiếc bàn chiếc ghế sẽ im lìm.

sẽ xa, thôi cũng đành xa nhé
người về cuối bãi kẻ đầu sông
có chút gì đau như cắt ruột
tay chào, tay vẫy, nón che ngang
(MÙA PHƯỢNG HỒNG)

Dù sao đi nữa, tôi phải cám ơn những bóng hồng đã để lại dấu chân trên cõi lòng người thơ. Những dấu chân êm nhưng đôi khi cũng làm con tim người thơ buốt đau. Và nhờ vậy tôi mới có dịp thưởng thức những bài thơ tuyệt vời của Phạm Cao Hoàng.

TRẦN HOÀI THƯ
New Jersey, 2010

TRẦN THỊ NGUYỆT MAI

PHẠM CAO HOÀNG VÀ BÀI THƠ "TÔI ĐANG VẼ TÂM HỒN CỦA BẠN"

Nguyệt Mai (Ngồi), Phạm C. Hoàng (Đứng) - Virginia, 17.10.2017

Cuối tháng 4/2017, anh Trương Vũ vẽ chân dung tặng anh Nguyễn Minh Nữu, tôi gửi email chúc mừng:

Xin chúc mừng anh Nữu có một bức chân dung rất đẹp do anh Trương Vũ vẽ.
Em mới post lên blog:

Ở phần tái bút, tôi viết:

"Anh Trương Vũ ơi,
Hình như anh chưa vẽ anh Nguyễn Xuân Thiệp và anh Phạm Cao Hoàng. Hôm nào có hứng anh vẽ hai anh để kỷ niệm nhé."

Anh Trương Vũ viết lại cho tôi:

2017-04-29 1:35 GMT-05:00 Son Truong <xxxxx@gmail.com>:
"Nguyệt Mai ơi, trong waiting list của anh có NXT, PCH, TTNM,... Tuy nhiên, dù phác thảo anh cũng cần có ít nhất một sitting và một hai buổi nói chuyện để quan sát. Theo anh, vẽ chân dung thì phải giống, phải sống động, phải cố biểu hiện được tinh thần, và cá tính của người mẫu. Thực tế, không phải bức chân dung nào cũng được như ý mình muốn. Nhiều khi vẽ ra chẳng giống ai! May nhờ rủi chịu! BTW, hơi chậm nhưng sẽ có tất cả. Thân mến, TV"

Rồi sau đó, anh hẹn chị Duyên và tôi hôm nào đến Virginia, anh sẽ vẽ chân dung cho hai đứa. Thật bất ngờ và vui không thể tả. Lần đầu tiên được làm người mẫu. Nghĩa là phải ngồi yên như tượng, không được nhúc nhích trong khi họa sĩ đang vẽ. Cái này mới khó đây! Làm sao ngồi yên nổi trong khi tôi là người luôn năng động? Do đó, tháng 6 năm ấy, tôi lo lắng viết thư hỏi anh:

"... Em nhớ có lần anh nói phải có thời gian để anh nói chuyện, tìm hiểu... trước khi bắt đầu vẽ. Mà bây giờ em cũng bắt đầu thấy run, sợ không được tự nhiên... Lại nhớ chuyện họa sĩ Trương Thị Thịnh đã vẽ anh Hải Phương ngủ gục vì khi làm mẫu thì anh HP đã ngủ. Hay là khi tụi em đến thì anh đo đạc chi đó (em nghe kể là vì anh là nhà Toán học nên anh có dùng thước đo khi vẽ chân dung), rồi anh chụp cho tụi em vài tấm ảnh, anh lựa tấm ảnh rõ

nhất và đẹp nhất nhìn theo để vẽ thì tụi em đỡ run hơn. Anh nghĩ như vậy có được không?"

Chị Duyên viết lại: "Thấy NM dễ thương chưa, anh TV vẽ nét này vào tranh NM nhé. 😊

Em kể cho Mai nghe là trong một bức hình nào của anh PCH thấy anh TV có cầm cây thước đứng trước bức tranh đang họa nhắm về phía người mẫu, đoán là vì anh là nhà khoa học nên khi thành họa sĩ đây là yếu tố kỹ thuật anh dùng trong hội họa, ai dè Mai tưởng anh phải đo đạc người mẫu..."

Chúng tôi chọn sẽ đến Virginia vào tháng 10 năm đó. Anh Trương Vũ viết trả lời cho mấy đứa tôi:

"NM, D, và PCH đều đoán sai hết! Trước khi làm nhà khoa học anh làm thầy giáo. Theo thói quen cũ nên khi làm họa sĩ anh cũng cầm cái cây như cây roi. Hễ người mẫu nhúc nhích hay ngủ gục là... anh đánh! BTW, tháng 10 cũng tốt. Hai ngày để vẽ chân dung cho NM cũng được, anh sẽ dùng hình chụp (do anh chụp) để phụ thêm, tuy nhiên chỉ có thể vẽ vignette, như chân dung của Nguyễn Minh Nũu. Thật ra, rất nhiều người thích vignettes, vẽ nhanh hơn nhưng đòi hỏi sự xuất thần của họa sĩ nhiều hơn. Sẽ rất vui, đừng lo. Thân mến, TV"

Theo hẹn, ngày 12/10/2017, khi máy bay hạ cánh xuống phi trường Ronald Reagan Washington National Airport, thì chúng tôi nhận được text anh Phạm Cao Hoàng chuyển bài thơ *"Tôi đang vẽ tâm hồn của bạn"* anh mới viết tặng anh Trương Vũ nhân dịp này.

Nhà thơ Phạm Cao Hoàng như thay họa sĩ Trương Vũ nói những điều muốn giãi bày với chúng tôi, để chúng tôi an tâm hơn và đừng run, dù biết rằng chuyện đánh đòn khi người mẫu nhúc nhích hay ngủ gục của anh TV chỉ là chuyện... đùa vui.

khi tôi ngồi trước giá vẽ
bắt đầu những nét chấm phá phác thảo chân dung bạn
đôi mắt của bạn có thể mơ màng hay đầy nghị lực
khuôn mặt của bạn có thể dịu dàng hay cương trực
nụ cười của bạn có thể ưu tư hay hồn nhiên
vai của bạn có thể thẳng hay nghiêng
sao cũng được
miễn là bạn phải là bạn (*)

A, hay quá, *"miễn là bạn phải là bạn"*, nghĩa là chúng tôi chỉ cần là... chúng tôi, là Duyên, là Nguyệt Mai, là con người rất thật của chính mình mà không cần phải giả vờ hay làm dáng...

đôi mắt của bạn có thể mơ màng hay đầy nghị lực
khuôn mặt của bạn có thể ưu tư hay hồn nhiên (*)

Thật đúng lúc. Người mẫu như cất được "gánh nặng" (?) không còn phải lo nữa.

Anh Phạm Cao Hoàng chia sẻ tiếp:

tôi là họa sĩ tự nguyện chọn những nhân vật mà mình muốn vẽ
khuôn mặt mỗi người có thể khác nhau
nhưng những nhân vật tôi chọn đều có một điểm giống nhau:
các bạn là người có một tâm hồn đẹp
tôi tin điều đó
và khi vẽ chân dung bạn

có nghĩa là tôi vẽ tâm hồn của bạn
tôi vẽ tấm lòng nhân hậu của bạn
và nếu cuối cùng chúng ta có được bức chân dung đẹp
thì chính bạn là người góp một phần rất lớn trong việc sáng tạo ra tác phẩm đó (*)

Làm sao chúng tôi không cảm động và cả hãnh diện khi đọc những dòng này? Giữa trăm công ngàn việc với quỹ thời gian không phải là bất tận mà anh Trương Vũ vẫn dành cho chúng tôi, những đứa em ở xa, những tình cảm đặc biệt khi chọn vẽ chúng tôi... Nhớ trước đó, anh đề nghị chị Duyên và tôi đến nhà anh, anh chị sẽ lo cả việc ăn ở cho chúng tôi trong thời gian này. Nhưng anh chị Phạm Cao Hoàng luôn rất dễ thương và chân tình với bạn bè, đã ngỏ lời, "anh Trương Vũ đã lo phần vẽ rất mệt rồi, Duyên và Nguyệt Mai sẽ ở tại nhà Phạm Cao Hoàng..." Anh chị và cháu Thiên Kim đã rất tận tình, chu đáo lo tất cả cho chúng tôi được thoải mái trong thời gian ở đây... Làm sao có thể quên được những ân tình quý giá này?

Đặc biệt, lỡ có ngủ gục khi đang được vẽ, cũng sẽ không sao. Vì họa sĩ sẽ chỉ vẽ tâm hồn người mẫu, nên dù có thế nào cũng không lo đó là bức tranh không như ý. Chỉ cần nghĩ đến gia đình, bạn bè, quê hương... với những tình cảm đẹp nhất là đủ:

khi tôi ngồi trước giá vẽ
bắt đầu những vệt sơn dầu vẽ chân dung bạn
bạn ngồi đó nhiều tiếng đồng hồ
trên chiếc ghế dành cho người mẫu
có lúc bạn sẽ rất mệt mỏi và ngủ gục
thì cứ ngủ, không sao đâu
vì tôi đang vẽ tâm hồn bạn mà

một tâm hồn luôn luôn tỉnh thức
và lúc này đây
bạn hãy nghĩ về những người mà bạn yêu thương nhất
đất nước của bạn
gia đình của bạn
bạn bè của bạn
những ân nhân trong cuộc đời bạn
để khuôn mặt của bạn trên bức chân dung
sẽ là một khuôn mặt tràn đầy yêu thương và thánh thiện (*)

Bài thơ *"Tôi đang vẽ tâm hồn của bạn"* viết tặng anh Trương Vũ của nhà thơ Phạm Cao Hoàng thật giản dị mà cũng rất sâu sắc. Phải là người thật gần gũi và thân cận với họa sĩ Trương Vũ mới viết được những lời thơ như thế. Đối với bạn bè, anh Trương Vũ là người hào sảng, hết lòng và chân tình. Tôi tin không chỉ riêng chúng tôi, mà tất cả những ai được anh Trương Vũ chọn vẽ cũng đều rất cảm động, yêu quý anh. Có thể nói, anh Trương Vũ là họa sĩ đã tự nguyện vẽ tặng chân dung cho bạn bè nhiều nhất. Mỗi người đều có một kỷ niệm riêng. Với riêng em, em không thể nào quên thời gian mà các anh và gia đình đã dành cho chúng em, anh Trương Vũ và anh Phạm Cao Hoàng ơi! Sẽ còn mãi những kỷ niệm không thể nào quên, đầy ắp trong tim mỗi lần nhớ đến. Một lời cảm ơn chẳng thể nào đủ được, nhưng em biết dùng từ nào khác, ở đây?

TRẦN THỊ NGUYỆT MAI
Ohio, 26.2.2023

(*) Phạm Cao Hoàng: Tôi đang vẽ tâm hồn của bạn.

TRẦN YÊN HÒA

PHẠM CAO HOÀNG VỚI NHỮNG BẠN VĂN NGÀY ẤY

Từ trái: Thành Tôn (Thứ 2), Cung Tích Biền (Thứ 4), Phạm Cao Hoàng (Thứ 5), Trần Yên Hòa (Thứ 8) - California, 10.2019

Trong những năm gần đây, khi các tạp chí văn học (báo giấy) lần lượt đình bản do vấn đề tài chánh, tiền in lên cao, người đọc giảm, không có hệ thống phát hành rộng rãi, thì Thư Quán Bản Thảo, do nhà văn Trần Hoài Thư chủ trương, một tập san ra hai tháng một kỳ, gởi biếu (không) đến cho độc giả, vẫn âm thầm tồn tại.

Trong số sách (thơ, truyện ngắn) mà Thư Ấn Quán ấn hành, tôi nhận được tập "Mây Khói Quê Nhà" của Phạm Cao Hoàng, do tác giả gởi tặng.

Phạm Cao Hoàng xuất hiện trong thơ ca miền Nam trước năm 1975.

Trước đây, tôi không có dịp đọc nhiều, hình như chỉ hai, ba bài thơ gì đó, nhưng cái cảm nhận ngày ấy, cách đây ba, bốn mươi năm với bây giờ, khi cầm trên tay tập "Mây Khói Quê Nhà" của Phạm Cao Hoàng, tôi không cảm thấy khác gì mấy, cũng vẫn thấy được cái xúc động khi được đọc được (nhiều) bài thơ hay.

Chẳng hạn, như bài *"Nhớ Cúc Hoa"* này:

"Đất anh ở và rừng anh thở
sáng anh đi chiều lại trở về
rừng vi vút những đêm gió thổi
bóng anh chìm như bóng hư vô

Đôi khi đứng bên triền đá dựng
anh hoang mang sợ núi đè mình
có khi thấy con chồn con cáo
anh giật lùi lòng thoáng hoảng kinh

Anh đi qua rừng cao quá đỗi
anh đi về rừng quá đỗi cao
anh thu mình như con sâu nhỏ
nằm rung rinh giữa đám lá rì rào

Và buồn thảm ôi những chiều lặng lẽ
núi và anh thành hai kẻ đăm chiêu
núi ngó anh và anh ngó núi
núi đụng trời anh đụng nỗi đìu hiu

Đất anh ở và rừng anh thở
quá lâu ngày nên thấy hoang mang
anh sống dở và anh chết dở
giữa núi rừng cao ngất ngàn năm."

Theo như bản tiểu sử vắn tắt, là Phạm Cao Hoàng chỉ đi dạy học. Nhưng bài thơ trên mang hơi hám rất lạ, hơi hám của một người lính đi hành quân qua núi, qua đèo, băng đồng, vượt suối. Cái tâm trạng của người trong cuộc, luôn luôn bị ám ảnh của nỗi buồn, nỗi buồn của thân phận bé nhỏ khi đứng trước núi cao, nỗi buồn đó khiến cho người trong cuộc thu mình lại như "con sâu nhỏ, nằm quạnh hiu giữa đám lá rì rào." Đứng trước núi, tác giả cảm thấy một nỗi đìu hiu quá lớn.

Có thể thể thơ bảy chữ, tám chữ anh dùng nhiều trong suốt tập thơ, đã làm tôi phấn chấn, vì tôi cũng rất thích thể thơ này.

Những bạn văn ngày tháng cũ (trước năm 1975)

Sau đây tôi xin trích một vài đoạn ngắn Phạm Cao Hoàng viết kể lại những ngày tháng tuổi trẻ của các anh:

"Với Quy Nhơn.

Căn nhà chúng tôi thuê nằm ở cuối đường Nguyễn Thái Học, thuộc Khu 6, Quy Nhơn. Đây là nơi gặp gỡ thường xuyên của chúng tôi: Trần Hoài Thư, Phạm Văn Nhàn, Nguyễn Huy Hoàng, Hoàng Ngọc Châu, Lê Văn Trung, Phạm Cao Hoàng...

Nguyễn Phương Loan ở tận trên Pleiku, thỉnh thoảng mới ghé lại. Trần Hoài Thư, Phạm Văn Nhàn, Nguyễn

Huy Hoàng ở ngoài mặt trận, thường cuối tuần mới về. Hoàng Ngọc Châu có nhà ở dưới phố. Lê Văn Trung ở với anh chị ở khu 2. Còn tôi là người trụ trì.

Nói là căn nhà nhưng thật ra chỉ là một căn phòng không lớn lắm, đủ chỗ cho một hoặc hai người, tuy nhiên, khi cần thiết mười người cũng không sao. Cuối tuần, Lê Văn Trung và tôi lóng ngóng xem anh em ngoài mặt trận có ai về không?

Mỗi người một tính. Anh Nguyễn Huy Hoàng ân cần, chu đáo. Phạm Văn Nhàn vui vẻ cởi mở. Trần Hoài Thư lang bạt, bất cần đời. Hoàng Ngọc Châu từ tốn. Lê Văn Trung thâm trầm, ít nói. Cửa của căn phòng không có ổ khóa vì chúng tôi chẳng có gì để mất. Bên trong chỉ có vài ba ký gạo và một ít quần áo. Ai đến cứ tự nhiên vào, có gì ăn nấy, nghỉ ngơi và viết lách. Ai muốn viết kiểu gì cứ viết, muốn đăng báo nào cứ đăng. Người viết khỏe nhất là Trần Hoài Thư. Anh viết rất dễ dàng, viết bất kỳ ở đâu, kể cả những nơi ồn ào đầy tiếng động...

Vậy mà chúng tôi quý nhau vô cùng. Gặp lúc nào là vui lúc ấy, và chưa bao giờ chúng tôi có điều gì xích mích. Năm 1968, chiến trận trở nên khốc liệt hơn. Trung và tôi rất lo cho các bạn ở ngoài mặt trận. May mà tất cả các bạn đều trở về, trừ Nguyễn Phương Loan vĩnh viễn nằm xuống với núi rừng Plei Me.

Năm 1969, chúng tôi mỗi người một ngả. Tôi vào Phan Thiết, Lê Văn Trung ra Quảng Ngãi. Hoàng Ngọc Châu lên Bảo Lộc. Trần Hoài Thư, Nguyễn Huy Hoàng, Phạm Văn Nhàn trôi dạt hết chiến trường này đến chiến trường nọ. Hồi đó đâu có điện thoại như bây giờ nên có một thời gian chúng tôi thất lạc nhau. Rồi Sài Gòn thất thủ, anh

Nguyễn Huy Hoàng bệnh nặng qua đời, Trần Hoài Thư, Phạm Văn Nhàn qua Mỹ. Lê Văn Trung ở tù rồi ra làm công nhân xây dựng...

Với Tuy Hòa.

Tuy Hòa là một thành phố biển giữa Nha Trang và Quy Nhơn, nằm bên bờ sông Đà Rằng, dưới chân núi Nhạn. Người Tuy Hòa hiền hòa hiếu khách, đặc biệt là rất yêu thơ.

Về đây tôi có dịp với những cây bút của Tuy Hòa và tham gia các sinh hoạt văn học nghệ thuật của thành phố dễ thương này.

Người tôi gặp gỡ nhiều nhất là anh Trần Huiền Ân, tác giả tập thơ 'Thuyền Giấy,' nổi tiếng với những bài thơ đậm đà màu sắc quê hương... Một người luôn sát cánh bên Trần Huiền Ân và tôi là Đỗ Chu Thăng, tác giả tập 'Chân Trời Cũ.' Đỗ Chu Thăng là một giáo sư toán thuộc loại giỏi, nổi tiếng là nhà giáo nghiêm khắc với học trò. Ngoài đời, anh là một thi sĩ hiền hòa nhũn nhặn, được nhiều người quý mến và kính trọng...

Hình như buổi chiều nào tôi cũng gặp Phạm Ngọc Lư, anh gốc Huế, sau khi tốt nghiệp sư phạm về dạy ở Tuy Hòa.

Một gương mặt rất gần gũi với tôi là Mang Viên Long, anh gốc Bình Định, vào Tuy Hòa dạy học.

Tuy Hòa là nơi sản sinh ra nhiều cây bút viết truyện ngắn xuất sắc, một trong những cây bút đó là Nguyễn Lệ Uyên. Tuy Hòa còn một thi sĩ nổi tiếng rất sớm là Hoàng Đình Huy Quan, tác giả tập thơ "Mở Cửa," lúc tuổi chưa tới 20, Hoàng Đình Huy Quan đã có tên trong ban biên tập tạp chí Văn Học ở Sài Gòn.

Nhắc đến văn nghệ Tuy Hòa không thể không nhắc đến Nguyễn Sông Ba, Khánh Linh, Triều Hạnh, Phan Bá Chức, Nguyễn Tường Văn. Bên cạnh đó, nhiều cây bút ở địa phương khác lâu lâu cũng ghé lại làm cho Tuy Hòa ấm áp thêm như Trần Hoài Thư, Lê Văn Nhàn, Lê Văn Trung, Tạ Chí Đại Trường, Đỗ Toàn, Nguyễn Âu Hồng, Nguyễn Sa Mạc, Lê Ký Thương, Huỳnh Hữu Võ, Trần Vạn Giã, Nguyên Minh, Võ Tấn Khanh..."

Tôi đã đọc được trên Thư Quán Bản Thảo những mẩu chuyện của những bạn văn nghệ một thời sinh hoạt trước 1975. Thuở đó tuổi chúng tôi còn rất trẻ, trên dưới hai mươi.

Tôi cũng sung sướng vô cùng khi đọc (lại) những bài thơ của Phạm Cao Hoàng trong *"Mây Khói Quê Nhà"*. Dĩ nhiên là những bài thơ cũ, nhưng với tôi, đó là thứ nhan sắc vô cùng mới, chẳng hạn như: *"Bạch Tiễn Tôi Ở Ngã Ba Duồng"*:

"Tay chưa vẫy mà lòng nghe ứa lệ
người tiễn tôi một sớm mùa thu
cám ơn em, hỡi người thiếu nữ
thôi, chia tay, xe lăn giữa bụi mù

Trong phút đó sao người chẳng nói
dù một lời cũng đủ buổi xa nhau
và trong mắt người có gì buồn bã
thoáng ngượng ngùng rồi sẽ quay mau

Hình như gió lộng qua màu áo
tóc người che mấy cõi trời sầu
xe lăn bánh tôi âm thầm khóc
có xa rồi lòng mới thấy đau

Người tiễn tôi một sớm mùa thu
vàng dáng lá như dáng người tha thướt
đường thì xa vạn dặm mịt mù
những oan nghiệt làm sao ngờ được

Tôi phong sương nên không hề biết
con đường nào có lá me bay
con đường nào chân người in dấu
những tình buồn giữa buổi thu phai

Người cũng hiểu đời một tên đãng tử
có gì đâu ngoài cuộc sống buồn tênh
những thu qua rồi những mùa thu tới
một mình tôi rồi vẫn một mình

Người cũng thấy áo tôi không đủ ấm
chưa ba mươi mà tóc bạc trắng đời trai
ngày tháng cứ lạnh lùng một bóng
tôi điêu linh nay đã mấy năm rồi

Có lúc tôi nhủ thầm đời lạ nhỉ
tôi mà cũng có người đưa tiễn ư
tôi mà cũng có người con gái dáng như thu
cầm tay khóc giữa tình đời bội bạc

Bởi thế nên cám ơn, người nhé
xe lăn đi là cách biệt ngàn trùng
xe lăn rồi bụi mù trời giông bão
tóc thu người bay giữa hư không."

Đọc thơ Phạm Cao Hoàng và những ngày tuổi trẻ với bạn văn nghệ ở Tuy Hòa, Quy Nhơn, tôi như thấy chung quanh tôi còn thơm ngát hương tình bằng hữu và tình yêu.

Nên tôi (cũng) xin ghi lại đoạn thơ trong bài *"Mai Sau Dù Có Bao Giờ"* của Nguyễn Bắc Sơn về cái tình bằng hữu ấy:

Có khi nghĩ trời sinh một mình ta là đủ
Vì đám đông quậy bẩn nước hồ đời
Nhưng lại nghĩ trời sinh thêm bè bạn
Để choàng vai ấm áp cuộc rong chơi

TRẦN YÊN HÒA
California, 8.2023

TRIỀU HOA ĐẠI

Phạm Cao Hoàng: Một Đời Cúc Hoa

Nhà thơ Triều Hoa Đại

Phạm Cao Hoàng là một người đã sinh hoạt với văn chương chữ nghĩa rất lâu, trên năm mươi năm có lẽ, nếu khởi đi từ những tạp chí văn học tiếng tăm thời đó (trước 1975) như Văn, Bách Khoa, Vấn Đề, Khởi Hành, Thời Tập, Ý Thức, v.v... với khoảng thời gian dài đằng đẵng như thế, ông đã ở cùng và sống với văn chương như một kẻ tình chung, trong thơ ông bàng bạc những đám mây, những khóm hoa *“đã qua chưa cuộc điêu tàn/ đám mây năm cũ biết tan nơi nào”*, hoặc như: *“cám ơn những sáng êm đềm/ khói cà phê quyện bên hiên nhà mình”*.

Đọc thơ của Phạm Cao Hoàng không chỉ được ông cho "ngắm nghía" những đám mây, được ông "mời" cùng với ông thưởng thức "những sáng êm đềm" với hương vị cà phê quyện khói hiên nhà mà chúng ta còn thấy tràn ngập một tình yêu quê hương, bạn bè và gia đình.

Mời quý bạn đọc và văn hữu cùng tôi "cà kê, dê ngỗng" với nhà thơ Phạm Cao Hoàng.

■ **Triều Hoa Đại (THĐ):** Được đọc thơ ông từ lâu như ở Khởi Hành, Thời Tập, Văn, Bách Khoa, v.v... nhưng vẫn chưa có dịp được gặp có lẽ vì thời cuộc lúc bấy giờ, "tôi từ chinh chiến cũng ra đi" cũng như bao nhiêu thanh niên khác tôi cũng đã lên đường ắc... ê, "đường trường xa muôn vó câu bay dập dồn..." vì vậy mà văn kỳ thanh, bất kiến kỳ hình. "Gặp" ông hôm nay tôi mừng lắm, mong được cùng nhau "cà kê, dê ngỗng" đôi điều ông có vì tôi mà tìm vui đôi phút xa nhà.
■ **Phạm Cao Hoàng (PCH):** *Cám ơn anh. Rất vui được trò chuyện cùng anh.*

■ **THĐ:** Ở đâu đó đã khá lâu một bài thơ ông viết có những câu: "*... Em yêu dấu đây là lần thứ nhất/ trong đời mình anh thấy hân hoan/ anh muốn nói với muôn người trên mặt đất/ rằng nơi đây sắp hết điêu tàn/ và có thể đêm nay không còn tiếng súng/ không còn nghe tiếng còi hụ giới nghiêm/ ba giờ sáng xuống ngã tư quốc tế/ ăn một tô mì thơm ngát bình yên/ có thể nào sáng mai trên phố cũ/ người ta bảo nhau hôm nay hòa bình/ người ta dắt nhau trên đường trẩy hội/ Riêng một bông hồng nở giữa tim anh.*" Một giấc mơ mà ai ai cũng hằng ao ước nhưng thực sự thì cho đến bây giờ ông thấy giấc mơ ấy đã thành hiện thực chưa, và nếu CHƯA thành hoặc KHÔNG thành thì tại sao và vì sao?

■ **PCH:** *Bài thơ trên viết năm 1973, nói về ước mơ hòa bình cho quê hương Việt Nam. Năm 1975 chiến tranh kết thúc. Người vui kẻ buồn. Dẫu sao, kết thúc chiến tranh vẫn là điều cần thiết vì tiếp tục cũng sẽ chẳng đi đến đâu, chỉ kéo dài chết chóc đau thương.*

■ **THĐ:** Tôi nhớ đến nhà thơ Trần Dần cũng mừng húm khi nghĩ và mơ hoà bình như thế nên bảo vợ: "Em khuân đồ đạc ra phơi/ em nhé đừng quên/ em khuân tất cả tim gan chúng mình phơi nắng hết". Nhưng chỉ là mơ thôi, chiến tranh đã hạ màn từ lâu gần một nửa thế kỷ mà hòa bình thì vẫn ở đâu xa, vẫn chưa một ai nhìn thấy. Ông mơ hòa bình để được "ngồi xuống ở ngã ba quốc tế ăn một tô mì thơm ngát bình yên", giấc mơ (theo tôi) thật là giản dị, nhưng "tô mì thơm ngát bình yên" ấy ông đã được thưởng thức chưa nào?

■ **PCH:** *Như đã nói ở trên, khi chiến tranh kết thúc, có người vui nhưng cũng có kẻ buồn. "Tô mì" mà anh nhắc đến tôi cũng có, nhưng không "thơm ngát bình yên" như tôi mong ước.*

■ **THĐ:** Chắc ông cũng đã đọc nhiều thơ của thi sĩ Tô Thùy Yên?

■ **PCH:** *Có. Tô Thùy Yên là nhà thơ tôi yêu thích.*

■ **THĐ:** Vậy ông nghĩ sao về thơ của ông ấy?

■ **PCH:** *Tô Thùy Yên là một nhà thơ tài năng. Thơ ông giống như những viên ngọc quý của thi ca Việt Nam.*

■ **THĐ**: Có người cho rằng thơ của Tô Thùy Yên theo quan điểm của Edgar Allan Poe, *là độ dài của một bài thơ không nên quá ngắn* bởi vì: "một bài thơ cực ngắn có thể lúc này hay, lúc khác sẽ gây được tiếng vang, nhưng sẽ không bao giờ tạo ra được ảnh hưởng sâu sắc và lâu dài", ông thì thế nào?

■ **PCH**: *Khi đọc bài "TA VỀ" của Tô Thùy Yên, yếu tố làm chúng ta yêu thích là ý tưởng, hình ảnh và ngôn ngữ của bài thơ, chứ không phải vì nó ngắn hay dài.*

■ **THĐ**: Thơ Tô Thùy Yên có nhiều bài rất dài, ví dụ như những bài: Ta Về, Trường Sa Hành, nhưng trong một lần trả lời phỏng vấn, Tô Thùy Yên lại bảo rằng: *"Hơn 60 tuổi, tôi thấy nên tập làm thơ lại. Bắt đầu bằng những bài thơ NGẮN, cố gắng ngắn."* Ông có vui lòng lý giải (theo sự hiểu và biết) của ông về chuyện NGẮN, DÀI này được chăng?

■ **PCH**: *Thi sĩ dùng thơ để ghi lại cảm xúc và tạo thành tác phẩm. Những cảm xúc này thường là bất chợt. Thi sĩ chỉ ghi cho kịp dòng cảm xúc ấy, hoàn toàn không nghĩ đến việc viết dài hay ngắn. Do vậy dài hay ngắn không quan trọng đối với việc viết một bài thơ. Bài thơ dài nhất của tôi (Hành Phương Đông) dài 156 câu và bài ngắn nhất (Thăm Một Người Bạn Cũ) chỉ có 4 câu.*

■ **THĐ**: Miền Nam trước đây chúng ta thấy có nhóm Sáng Tạo, một trong số người sáng lập là Tô Thùy Yên, thì thiên về thể thức rất là cổ điển, trái ngược với Thanh Tâm Tuyền là luôn chủ trương làm mới thơ, nhưng có lẽ về lâu về dài thì người ta đã "ngộ" ra giữa hai nhà thơ ấy có cái gì khác biệt, và rồi cũng từ những khác biệt ấy mà Tô Thùy Yên đã *"ta về một bóng trên đường lớn"*, ông có nhận thấy vậy?

■ **PCH**: *Những nhà thơ tài hoa thường là do yếu tố bẩm sinh cộng với kinh nghiệm họ có được từ việc học hành, từ đời sống thực tế. Thiếu yếu tố bẩm sinh, nhà thơ khó có tác phẩm hay. Do vậy các lý thuyết về thơ không tạo ra những bài thơ hay.*

■ **THĐ**: Thi sĩ Thanh Tâm Tuyền cho rằng nếu ai đó bảo là Viết Thơ thì đó là một điều "sỉ nhục" vô cùng đối với nhà thơ. Thơ không cần phải viết mà "xuất khẩu thành thơ." Vẫn với Thanh Tâm Tuyền, ông ấy đả phá thậm tệ khi có nhà thơ bảo: "Nếu ai đó lấy bút của ông đi thì ông sẽ dùng dao mà khắc thơ lên đá". Xin được nghe ý kiến của ông.

■ **PCH**: *Tôi hoàn toàn đồng ý với Thanh Tâm Tuyền. Vì như tôi đã nói ở trên: «Thi sĩ dùng thơ để ghi lại cảm xúc và tạo thành tác phẩm.» Thi sĩ không tạo ra cảm xúc.*

■ **THĐ**: *"Đêm mưa nhà mái dột"* là một bài thơ mà Đỗ Phủ đã đọc cho vợ nghe, đây là một bài thơ đầy tình nghĩa, nó thật là lãng mạn và tình ơi là tình, nhưng hôm nay với Phạm Cao Hoàng thì một bài thơ *cho CÚC HOA* cũng chả thua kém gì, cũng tình ơi là tình:
"hôm em ở bệnh viện về/ cụm hoa trước ngõ cũng vừa ra bông/ đã qua rồi một mùa đông/ và qua rồi những ngày không tiếng cười/ em đi xe lăn mà vui/ lăn đi em nhé cho đời bớt đau/ tôi đưa em ra vườn sau/ để nhìn lại mấy luống rau em trồng/ hái tặng em một đoá hồng/ và chia nhau nỗi long đong xứ người/ em đi xe lăn mà vui/ lăn đi em nhé cho vơi nỗi buồn/ đưa em về phía con đường/ có con sóc nhỏ vẫn thường chào em..." Những người yêu thơ ông có ghé tai tôi mà bảo rằng "tôi đi chết đây", sao mà mặn nồng tình nghĩa, vợ chồng yêu thương đến là thế là cùng, người có trái tim đầy ắp yêu thương hẳn rằng nhiều khi cũng...?

■ **PCH**: *Tôi ghi lại những cảm xúc bất chợt từ cuộc sống hằng ngày của mình. Trong cuộc sống hằng ngày ấy, người lúc nào cũng ở bên cạnh tôi là người bạn đời của tôi, nên nguồn cảm xúc phần lớn cũng bắt nguồn từ nơi ấy.*

■ **THĐ**: Học giả và nhà dịch thuật Dương Tường lúc cuối đời trước khi chia tay thế gian ông ấy muốn được khắc trên mộ bia của mình: "Tôi đứng về phe nước mắt." Lo xa thôi, nhưng một vài chục năm nữa, có khi là hơn, lúc ông "nằm đếm sao trời", ông muốn trên mộ bia được ghi dấu những gì?

■ **PCH**: *Chuyện này tôi chưa dám nghĩ đến anh ạ.*

■ **THĐ**: Xin được kết thúc buổi trò chuyện này nơi đây. Gió đã lên và mây đang bay, không biết có về đến quê nhà như mong ước hay chăng, nhưng có điều tôi biết mình đã sơ sót rất nhiều trong lúc cùng ông hàn huyên chuyện ngắn, chuyện dài, rất mong được ông tha thứ. Vậy có cần thêm, bớt điều gì xin được mời ông?

■ **PCH**: *Chỉ có vậy thôi. Cám ơn anh.*

■ **THĐ**: Cảm ơn nhà thơ Phạm Cao Hoàng.

Triều Hoa Đại thực hiện
Tháng 3.2023

TRƯƠNG VĂN DÂN
Hạt Bụi Bên Kia Biển Thái Bình

Trương Văn Dân (Thứ ba, từ trái);
Phạm Cao Hoàng (Thứ nhất, từ phải)
Maryland, 28.10.2015

Nếu tất cả chúng ta chỉ là một hạt bụi mong manh giữa vũ trụ thì tôi gọi anh là một hạt bụi bên kia biển Thái Bình. Bụi đất, li ti, nhưng thơm mãi mùi quê hương mà anh phải lìa xa. Mùi hương đó có vị mặn mồ hôi của người cha mà anh kính mến...

Trước đó tôi chỉ biết tên anh qua những bạn văn nhưng chưa từng đọc anh bao giờ. Thế nhưng do một cơ duyên văn học nên được tham dự vào một buổi lửa trại ấm cúng ở Đà Lạt để nói về anh. Đó là buổi ra mắt tập thơ *"Mây khói quê nhà"* mà anh vừa tái bản ở USA và gửi về tặng bạn bè ở VN.

Mấy hôm trước đó nhà văn Lữ Kiều Thân Trọng Minh có gọi điện mời vợ chồng tôi lên nhà anh Đà Lạt vài ngày để nói chuyện văn chương. Lần gặp mặt đó ngoài vc Lữ Kiều- Vũ Thanh Hằng còn có vợ chồng Khuất Đẩu-Huyền Chiêu, nhà văn Nguyên Minh, nhà văn Châu văn Thuận, tôi và Elena. Buổi tối mùa thu, vùng cao nguyên không khí se se lạnh nên chúng tôi ra ngoài sân ngồi quần quanh đống lửa. Không khí ấm cúng, có khói, có mây.. ngồi nhâm nhi chút rượu để ra mắt tập thơ *"Mây khói quê nhà"* của Phạm Cao Hoàng thật là phù hợp. Chúng tôi đọc thơ, trò chuyện thân mật đến khuya. Cuối cùng anh Lữ Kiều còn cao hứng tóm tắt và cho biết nhận xét của mình về bản thảo của tiểu thuyết "Bàn tay nhỏ dưới mưa" (*) mà trước đó tôi đã gửi.

Mấy năm sau, Nguyễn Hòa vcv... báo tin là có một nhà thơ ở Mỹ sắp về VN - gặp gỡ và ăn trưa. Đó là lần đầu tôi gặp Phạm Cao Hoàng và vợ anh là chị Cúc Hoa. Ngồi giữa các bạn mới gặp hay quen thân, PCH tặng sách, tặng thơ rồi kể lại chuyện chị Cúc Hoa bị tai nạn, phải đi xe lăn.. nhưng cuối cùng chị khỏi bệnh, đi lại bình thường như một phép lạ. Gặp rồi, nhưng hôm đó có khá đông bạn bè, ai cũng chào nói rôm rả nên không khí bị loãng, chưa trao đổi thân tình. Tuy vậy cái cảm giác anh để lại trong tôi thì cả hai vợ chồng anh, ai cũng hiền như...đất.

Nhưng cái cảm giác là anh thuộc mẫu người hơi...nghiêm làm tôi hơi ngại khi Nguyên Minh báo là trong chuyến qua MỸ vào tháng 10- 2015, có thể đoàn sẽ qua Virginia và ở lại nhà anh hay nhà Nguyễn Minh Nữu. Nữu thì tôi đã gặp mấy lần ở VN tính tình hoạt bát và cởi mở nên tôi nghĩ là sẽ dễ gần hơn. Nhưng sự e dè của tôi chỉ là một báo động...ảo, vì những ngày ở Virginia PCH rất nhiệt tình và thân thiện. Chính anh và Nữu đã chuẩn bị chu đáo và thu xếp mọi việc ăn ở của đoàn. Tính nghiêm túc và làm việc khoa học của hai người bạn, đã cùng sắp xếp thời gian và chương trình cụ thể đi đâu, làm gì...để trong thời gian ngắn nhất mà có thể thăm và hiểu về nước MỸ nhiều nhất. Trên các chuyến đi cùng, anh và Nữu đều thay phiên nhau nói về những đặc điểm của nước MỸ, cả ưu và khuyết. Nhờ những thông tin quý giá này mà tôi có thể tổng hợp và viết lên bút ký *"Mùa Thu...những chiếc lá tìm nhau"* (**) về chuyến thăm nước MỸ.

Nhưng nói về chuyến đi này, về những cuộc gặp gỡ thân tình, không thể không nhắc đến một người, mà nụ cười của người đó đã làm xóa tan mọi ngại ngùng, e ngại ban đầu để bạn bè dễ dàng ngồi lại bên nhau: Họa sĩ Đinh Cường.

Nhờ nụ cười phúc hậu và bao dung của anh...ngay cả không khí xa lạ cũng biến thành gần gũi. Mỗi cuộc gặp có anh tình bạn như được kết thêm một sợi dây nữa để thắt chặt hơn.

Rồi bên cạnh đó, tính hòa đồng và hoạt bát của Elena cũng đã góp những cuộc gặp mặt thành.. . một "sự nhập cuộc... trôi chảy".

Trong đời tôi, may mắn gặp được những nụ cười nhân hậu mà Elena gọi đó là nụ cười Bồ Tát. Chỉ cần nhìn thôi, bao xáo trộn trong lòng như lắng dịu. Đó là nụ cười của

Dalai Lama mà tôi đã gặp trong một buổi thuyết giảng, nhờ người bạn thân làm trưởng đội đệ tử cận vệ nên được xếp ngồi rất gần ngài. Thiền sư Nhất Hạnh… Nhưng không chỉ các bậc đại sư, nụ cười của những con người bình thường cũng có thể cho ta cảm giác bình yên, như nhà thơ Tôn Nữ Hỷ Khương, như chị Lan vợ anh Nguyên Minh, chị Hạnh vợ Đặng Châu Long hay của chị Cúc Hoa, vợ anh Phạm Cao Hoàng…

Với riêng tôi, còn có thêm một nụ cười nữa. Trong suốt những năm tháng nhọc nhằn ở Italia, nụ cười của Elena đã giúp tôi bình tâm và vượt qua những khốn khó thời lưu lạc.

Gia đình anh Phạm Cao Hoàng ở Virginia rất đặc biệt. Nó như một ốc đảo bình an và hạnh phúc giữa sa mạc tình người thực dụng ở MỸ. Vợ chồng anh rất quý nhau. Các con anh đều thành đạt và rất hiếu thảo với cha mẹ. Nhất là cô con gái lớn Thiên Kim rất thích đọc và cảm nhận được hồn thơ của cha mình. Ai đến thăm cha cô đều trổ hết năng khiếu thiên bẩm về ẩm thực để chuẩn bị những món ăn vừa ngon vừa trình bày đẹp mắt. Hình như các con của anh PCH đều ở chung, một gia đình tam đại đồng đường, hòa thuận hiếm có, nơi xứ sở mà chủ nghĩa cá nhân thăng hoa.

Sau chuyến đi Mỹ, khi trở về VN tôi đọc thơ PCH nhiều hơn. Cảm nhận của tôi là bồi hồi và cảm động. Phần lớn thơ anh viết đều là những rung động của trái tim, đau đáu nhớ quê, với những hình sông bóng núi.

Sống nhiều năm xa quê, tôi hiểu nỗi lòng của những người xa xứ. Nhất là những văn nghệ sĩ, những người có tâm hồn bén nhạy.Vì thế lướt qua các sáng tác anh, chỉ đọc qua tựa đề là hiểu và cảm nhận được nỗi lòng. Câu chữ của anh mang đậm nỗi ám ảnh về cuộc đời đầy ắp ưu tư, trăn trở về những cuộc hành trình, ra đi hay trở lại. *Mây khói quê nhà. Đất còn thơm mãi mùi hương.*

Theo tôi quê hương chính là nét độc đáo trong sáng tác của anh. Đọc câu thơ nào cũng thấy mùi thơm của đất. Bởi mùi đất là mùi thơm trên chiếc áo đẫm mồ hôi của cha mình. Người đã "cầm lấy chiếc cày để tay con được cầm cuốn sách " người "... đã vì con mà nhỏ xuống cho giấc mơ đời con thêm xanh".

Viết về tâm trạng của mình khi sống ở quê người, PCH không chỉ diễn tả thân phận của riêng mình mà còn nói lên những cảm xúc của những ai buộc phải xa xứ.

mười năm sống kiếp tha phương
thân nơi biển Bắc mà hồn biển Đông
mười năm thương ruộng nhớ đồng
lòng còn ở lại sao không quay về...

Câu chữ hiền hòa của anh viết lên với tấm lòng nhân ái. Không bao giờ thấy anh chạm đến thù hận mà chỉ là tiếc thương. Không lên gân, triết lý, lạm bàn thế sự... nhưng đâu đó trong từng câu chữ, người đọc tinh ý vẫn thấy đó là hậu quả của cuộc biến động lịch sử, xã hội, mà anh và những người cùng thế hệ, di lụy đến con cháu phải chia lìa quê cũ, luôn phải gặp nhiều hoàn cảnh nghiệt ngã, là hiện thân của bất ổn xã hội.

Đau khổ, xót xa... "tưởng đâu đất lành chim đậu,nào ngờ đời vẫn chưa yên...nhưng người đọc có thể nhìn thấy một nụ cười rất nhẹ nhõm của PCH.

Dường như sau tất cả, anh đã nhận ra mình cần phải có một cái nhìn bao dung và vị tha hơn với bản thân mình sau khi đã nhìn nhận sâu sắc về cuộc đời? Nên Dù sao vẫn cảm ơn đời. Mừng là anh đã tìm được niềm vui thanh thản cho tâm hồn.

Thanh thản vì dù sao ở chốn tạm dung, anh cũng có một đời sống bình yên. Căn nhà cận khu rừng Scibilia, mà anh tưởng mình đang còn ở Đà Lạt, đã cho anh một nơi trú ngụ sau tháng ngày mỏi mệt: Cũng may còn có nơi này.

bây giờ đời đã muộn màng
nửa vòng trái đất lang thang quê người
...
tôi nằm xuống để nghe đất thở
tạ ơn đời độ lượng bao dung
...
cũng may còn có nơi này
để tôi còn có những ngày bên em...

Chỉ có nơi này! Chỉ còn lại nơi này! Mà nơi này chẳng là gì, có thể chỉ là một khoảng không bất tận giữa đất và trời, hoa lá chỉ là gai nhọn nếu không có Cúc Hoa, người đàn bà suốt đời bên anh.

và như thế mình đi và đã đến
đã bên nhau thủy tận sơn cùng ...

Nếu không có nàng thì nơi này chỉ là cõi mênh mông phủ kín nỗi cô đơn. Nó đẹp. Vì có tình yêu và chia sẻ. Hiểu ra điều ấy tôi không chỉ quý anh về tâm hồn nghệ sĩ. Mà còn quý cả một tình cảm đẹp và một gia đình thấm đẫm tình người.

Nhưng thật ra, sống ở quê người, dù có bình yên đến đâu thì lòng vẫn bất an. Lênh đênh như hạt bụi bay giữa vũ trụ mênh mang, và cảm xúc đau buồn, nuối tiếc ấy bàng bạc trong bài thơ "Mai kia tôi là hạt bụi"

MAI KIA TÔI LÀ HẠT BỤI

năm tôi vừa mười một tuổi
quê tôi bom đạn tơi bời
bóng ma chiến tranh quay lại
hãi hùng ôi tuổi thơ tôi!

lớn lên dưới trời khói lửa
mẹ thương, lo từng bữa ăn
cha thương, lo từng giấc ngủ
chị thương, an ủi dỗ dành

rồi đến ngày tôi giã biệt
đường đời vạn nẻo tôi đi
đường đời trăm may nghìn rủi
vẫn mong có một ngày về

nhớ ngày tôi đi biển khóc
bóng cha tôi ở cuối đường
và cánh đồng trơ gốc rạ
đất còn thơm mãi mùi hương

nhớ ngày tôi đi mẹ khóc
ruộng vườn bỏ lại sau lưng
mây mù che ngang đèo Cả
đường xa mưa gió mịt mùng

tôi đi và tôi đi mãi
dừng chân ở lại cao nguyên
tưởng đâu đất lành chim đậu
nào ngờ đời vẫn chưa yên

tôi đi và tôi đi mãi
quê nhà bỏ lại sau lưng
quê người gian nan vất vả
đường xa mây khói mịt mùng

tôi đi và tôi đi mãi
tôi đi tìm một mái nhà
rồi một ngày kia dừng lại
bên rừng Scibilia

những chiều mùa thu lá rụng
những ngày lạnh buổi đầu đông
nhìn mây bay về cố xứ
nhớ quê hương đến thắt lòng

bây giờ còn mong chi nữa
tôi đi ở cuối con đường
mai kia tôi là hạt bụi
bay về phía Thái Bình Dương
(Trong tập thơ Đất còn thơm mãi mùi hương)

"Hạt bụi" này chắc anh viết trong những ngày gần đây, khi tuổi đời chồng chất và sức khỏe không còn như xưa. Ai cũng có một quê hương để yêu thương và khi xa luôn canh cánh bên lòng nỗi nhớ. Còn nếu khi khi bắt buộc phải xa...thì nỗi đau kia càng đau đớn bội phần. Tôi quý thương anh! Như đồng cảm với nỗi lòng của những người Việt Nam phiêu dạt.

Nên tôi tin không chỉ riêng Phạm Cao Hoàng mà hàng triệu người Việt Nam trôi giạt nơi xứ người đều mang trong lòng một nỗi niềm, là mai kia được là hạt bụi để bay về bên này biển Thái Bình .

TRƯƠNG VĂN DÂN
Sài Gòn, 9.2016

TRƯƠNG VŨ
Thơm Mãi Mùi Hương

Phạm Cao Hoàng và Trương Vũ – Virginia, 10.7.2022

Tôi quen nhiều người làm thơ. Thơ có hay, có không hay. Bạn có thân, có sơ. Thế nhưng, không phải ai cũng để lại trong tôi những ấn tượng đẹp, những tình cảm sâu đậm, dù với người có nhiều thơ tôi thích. Giữa thơ với người thường có khoảng cách.

Tôi nhận được tập thơ *"ĐẤT còn thơm mãi mùi hương"*, ấn bản sau cùng, của Phạm Cao Hoàng (PCH) vào đầu thu 2018 khi đang ở San Jose, California. Ấn bản mới đẹp hơn, nhiều thơ hơn, nhiều phụ bản hơn. Mở tập thơ ra xem, tôi có cảm giác như vẫn ngồi đâu đó ở Virginia, với vợ chồng Hoàng, cháu Thiên Kim, với bè bạn thường lui tới, giữa cái rộn ràng của cỏ cây đang rực màu thu của vùng đông bắc. Ở PCH, thơ và người luôn đi liền nhau. Trong tập thơ nhỏ, khoảng 100 trang, tôi thấy ở đó cả một đời người. Có tình yêu đậm đà cho quê hương, nồng nàn cho cha mẹ, vợ con, gia đình, và tình bạn thắm thiết. Nhiều bạn. Người mất, người còn.

Tôi xa quê đã hơn 40 năm. Nhớ quê nhiều. Nhưng, khi đọc thơ Hoàng lần này, tôi lại cảm được ở nơi mình có một nỗi nhớ khác, bình dị nhưng da diết, từ mấy câu thơ như:

bữa đó con về thăm Phú Thứ
gặp lại mùi hương của ruộng đồng
gặp lại những năm và tháng cũ
mây khói quê nhà nhẹ bước chân
(MÂY KHÓI QUÊ NHÀ, trang 61)

Khi đọc những dòng thơ PCH viết cho cha mẹ, cho chị, cho người thân, tôi có thể tưởng tượng ra hình ảnh của những con người này. Hoàng không vẽ chân dung, nhưng qua vài dòng cảm xúc, tôi hình dung ra được ánh mắt của họ, nhận ra được cái bên ngoài mộc mạc đó chất chứa bao tình thương nào, bao hy sinh, bao khắc khoải nào. Như, khi Hoàng viết về cha:

ngày mùa đông cha mặc áo tơi ra ruộng
ngày nắng lửa cha gò mình đạp lúa
những sáng tinh mơ cùng đàn bò
lầm lũi đi về phía bờ mương

...
thương chiếc áo cha một đời thơm mùi đất
thương đất quê mình thơm mãi mùi hương
(CHA TÔI, trang 71)

Và, nỗi đau khi nhớ về các bậc sinh thành đã "về làm cát bụi":

lớn lên dưới trời khói lửa
mẹ thương, lo từng bữa ăn
cha thương, lo từng giấc ngủ
chị thương, an ủi dỗ dành
...
nhớ ngày tôi đi biển khóc
bóng cha tôi ở cuối đường
...
nhớ ngày tôi đi mẹ khóc
ruộng vườn bỏ lại sau lưng
mây mù che ngang đèo Cả
đường xa mưa gió mịt mùng
(MAI KIA TÔI LÀ HẠT BỤI, trang 61)

PCH viết nhiều về bè bạn. Như Đinh Cường, Nguyễn Xuân Thiệp, Nguyễn Xuân Hoàng, Trần Hoài Thư, Phạm Văn Nhàn, v.v... Đinh Cường là một người bạn chung. Những năm tháng sau này, trước khi Cường mất, chúng tôi gặp nhau khá thường xuyên, cùng với nhiều bạn bè khác ở vùng Virginia. Tình bạn giữa tôi với Cường trải dài hơn bốn mươi năm, cùng chứng kiến bao thăng trầm, cùng trải qua một thời tuổi trẻ với sức sống hừng hực như hàng ngàn cây phượng nở rực trên ngọn đồi một đại học chúng tôi cùng làm việc với nhau. Và, cùng trải qua những tháng ngày hiu hắt khi trở về thăm ngọn đồi đó chỉ còn thấy vài gốc phượng xác xơ. So với tôi, PCH chỉ thân với ĐC nhiều năm sau, nhưng tình bạn giữa PCH với ĐC lại rất thâm trầm và ẩn chứa một chất tri kỷ rất ít thấy mà chính tôi không có được. PCH đã cảm nhận sâu sắc tâm trạng của ĐC khi sau bao nhiêu năm về lại một chốn cũ, Dran (Đơn Dương), một thị trấn cao nguyên nhỏ mà ở nơi đó Cường có vài năm dạy học. PCH đã viết lên những câu như:

khi trở về chàng đứng ngẩn ngơ
giọt nước mắt rơi trên nền đất cũ
đêm Dran
nhớ tiếng xe thổ mộ
về hướng Kado về phía Lạc Lâm
đêm Dran
...
nhớ những mảng màu của một thời tuổi trẻ
chiếc giá vẽ gian nan cùng năm tháng sương mù
(DRAN, NGÀY VỀ, trang 44)

Và khi ĐC thình lình ngã bệnh nặng phải nhờ trực thăng cấp cứu đưa vào bệnh viện:

chàng ngã xuống
sau khi đã đi nửa vòng trái đất
và dừng chân bên khu rừng Burke
nghe tiếng chim hót buổi sáng
nghe tiếng lá xào xạc buổi chiều
những ngày mưa hiu hắt
những ngày bão tuyết hoang mang
trong garage
đằng sau giá vẽ
chàng lặng lẽ
vẽ chân dung mình
và nỗi nhớ quê hương
(ƯỚC MƠ CỦA NGƯỜI HỌA SĨ, trang 39)

Tôi thấy được ở đây cả một bức tranh "biểu tượng" vẽ cho ĐC, dù PCH chưa bao giờ thực sự cầm cọ tô màu trên giá vẽ.

Trong bài thơ đề tặng Trần Hoài Thư, tôi thích nhất hai câu sau đây, nói lên được rất nhiều về bạn mình, nỗi niềm lẫn thế sự:

mười năm một thoáng phù vân
tiếng chim vườn cũ mùa trăng quê người
(DÙ SAO VẪN CÁM ƠN ĐỜI, trang 30)

Xếp sách lại, cố nhớ những câu thơ đã đọc, cố mường tượng những hình ảnh ẩn hiện trong sách, tôi thấy ra ngay, rất rõ, hình ảnh của Cúc Hoa. Rất rõ. Không chút liêu trai nào. Và, đây cũng là một yếu tố tạo nên sắc thái riêng của thơ PCH. Yêu một người con gái nay đã thành sương khói hay yêu một người đẹp chỉ có trong mộng, để làm thơ. Tôi đọc được khá nhiều thơ loại này, nhưng cả với nhiều bài nổi tiếng, cái không thật nếu có rất dễ nhận ra, người đọc thấy ngường ngượng. PCH làm nhiều thơ cho vợ mình, một người vợ đã cùng chia sẻ ngọt bùi ba bốn mươi năm nay, cùng chịu đựng bao nhiêu chông gai trong cuộc đời. Tôi thân với họ, tôi hiểu họ, kín đáo, thâm trầm. Tôi đọc thơ PCH, tôi cảm nhận được từ đó một thứ tình yêu chơn chất, đậm đà, nhưng thật, như con người rất thật của họ.

bây giờ nhớ núi nhớ rừng
nhớ sông nhớ biển nhớ trăng quê nhà
thương em ngày nắng Tuy Hòa
chiều mưa Đức Trọng, sáng Đà Lạt sương
thương em và những con đường
một thời tôi đã cùng em đi về
(BÂY GIỜ, trang 32)

Cách đây khoảng mười năm, Cúc Hoa bị tai nạn xe khá nặng ở Virginia. PCH viết về cảm giác của mình khi đưa vợ từ bệnh viện về, ngồi trên xe lăn:

hôm em ở bệnh viện về
cụm hoa trước ngõ cũng vừa ra bông
đã qua rồi một mùa đông
và qua rồi những ngày không tiếng cười
(ĐÃ QUA RỒI MỘT MÙA ĐÔNG, trang 34)

Tình yêu của họ, gắn liền với tình yêu của đất. Đất ở quê nhà:

ngày xưa, ngày xưa, ngày tôi và em
lang thang trong sương mù Đà Lạt
ngày xưa, ngày xưa, ngày em chở con đi học
ngày xưa, ngày xưa, bữa ăn chín phần mười là bắp
đêm em nằm trằn trọc
vì không đủ sữa cho con
(CHIA TAY NGỰA Ô, trang 46)

Đất ở tha hương, ngay sau nhà mình, trong tuyết giá:

cùng em ra sân cào tuyết
gió đêm lạnh đến tê người
tuyết nhiều cào xong thấm mệt
và đôi chân bước rã rời
(ĐÓA HOA HỒNG TRONG TUYẾT, trang 67)

Và, nắng gió ở tha hương, khi dừng chân bên dòng Potomac:

gió lồng lộng cả một trời Đông Bắc
tóc em bay trong nắng thu vàng
(KHI DỪNG LẠI BÊN DÒNG POTOMAC, trang 24)

Để qua bên phần chữ nghĩa của bao nhiêu bài thơ, tập sách nhỏ *"ĐẤT còn thơm mãi mùi hương"* cần được xem là một tác phẩm nghệ thuật với sự sắp xếp, chăm sóc chu đáo và tài tình. Cảm giác này tôi luôn có được khi thường xuyên theo dõi Trang Văn Học Nghệ Thuật Phạm Cao Hoàng trên web. Ở đó không phải chỉ có thơ, có văn, có họa mà ở đó người đọc còn cảm nhận cái thi vị, vi tế lẫn một thứ hồn nhiên rất đặc biệt. Chẳng hạn, đang nghiêm túc với những sáng tác văn học, hội họa, của rất nhiều tác giả, cùng những truyện dịch chọn lọc của Thân Trọng Sơn, v.v... để đi vào một thế giới rộng mở của nghệ thuật, thì thình lình nghe một bản nhạc do Sylvie Vartan hát da diết tự năm xưa, hay một độc tấu tây ban cầm rất thời thượng. Cũng có thể, rất bất ngờ, xuất hiện một lịch trình các trận túc cầu, nếu đang mùa World Cup. Rồi, trở lại ngay với... văn học nghệ thuật. Sinh động! Rất "Phạm Cao Hoàng", trong thơ hay ngoài thơ.

Về thơ của PCH, tôi đồng ý với nhận xét của Nguyễn Xuân Thiệp trong lời bạt: *"Đọc thơ Phạm Cao Hoàng, ta thấy tâm hồn anh đầy nhân hậu, bao dung và độ lượng, luôn mở rộng đón nhận những âm vang của đất trời. Ở Phạm Cao Hoàng, không có sự ganh ghét, thù hận hay ra vẻ trí thức triết lý với đời. Thơ anh trong sáng, tự nhiên, bình dị; nhẹ nhàng đi vào hồn người."*

Xin nói thêm. Thơ PCH có nhạc. Lời thơ chơn thật nhưng vẫn luôn bàng bạc nét cao sang trầm lặng của một tâm hồn đẹp.

Thơ, văn, âm nhạc, nghệ thuật, cùng với những đóng góp và cách đóng góp như nói trên, đã giúp làm cho mảnh đất mà chúng ta đang sống ở đây luôn còn thơm mãi mùi hương. Không có nó, đất cằn cỗi và trơ trẽn.

TRƯƠNG VŨ
Maryland, 12.2018

www.ingramcontent.com/pod-product-compliance
Lightning Source LLC
LaVergne TN
LVHW032023041026
849517LV00008B/2720